AF796055

व्यक्तिगत अनुभवांचं कथात्म सादरीकरण हा मेलव्हिलच्या लेखनाचा हातखंडा. या कथानकातही त्याची शैली पुरेपूर पाहायला मिळते. कल्पनारम्य, नाट्यमय कथानकाच्या लेखन ओघात कुणीतरी व्यक्तिगत पुरावे पेरल्याचा विलक्षण अनुभव हे पुस्तक देतं.

– द गार्डियन

बिली बड लहानग्यांपासून मोठ्यांपर्यंत प्रत्येकाला खिळवून ठेवणारं पुस्तक आहे. गूढमयता आणि गुन्हेगारी मानसिकता यांच्या सखोल चिंतनाची घट्ट वीण हे या पुस्तकाच्या मांडणीचं वैशिष्ट्य. यातल्या व्यक्तिरेखा एकाच वेळी भिन्न पिढ्यांचा कॅनव्हास मांडतात. नायकाच्या मनोवस्थेतल्या बारकाव्यांचं अफलातून चिंतन मेलव्हिलची कथानकावरची पकड स्पष्ट करतं.

– द बर्कशर ईगल

बिली बड या खलाश्याच्या आयुष्याची काव्यात्म, तरीही विश्लेषणात्मक मांडणी. नौदलाची शिस्त आणि मानवी मनाची जडणघडण यांच्या जंजाळात गुंतवून ठेवणारं कथानक. एकोणिसाव्या शतकाच्या अखेरचा अमेरिकी साम्राज्याचा उदयोन्मुख काळ, तत्कालीन स्थिती यावर ओझरतं, पण प्रभावी भाष्य करणारं पुस्तक.

– प्रेसरीडर डॉट कॉम

समुद्रसफरीविषयक रोमहर्षक कादंबरी...

– दैनिक लोकमत, २०-५-२०१९

अनुवादांचा पुनर्जन्म... दर्यावर्दी जीवनाचे सूक्ष्मलक्षी चित्रण दर्शविणाऱ्या अभिजात अमेरिकी कादंबरीची पुर्नओळख घडवणारं पुस्तक.

– लोकरंग, १-४-२०१९

5

'Billy Budd' या इंग्रजी पुस्तकाचा अनुवाद

शिस्तीचा बळी

हर्मन मेलव्हिल

अनुवाद
भानू शिरधनकर

मेहता पब्लिशिंग हाऊस

◆ *या पुस्तकातील लेखकाची मते, घटना, वर्णने ही त्या लेखकाची असून त्याच्याशी प्रकाशक सहमत असतीलच असे नाही.*

BILLY BUDD by HERMAN MELVILLE

Translated into Marathi Language by Bhanu Shirdhankar

शिस्तीचा बळी / अनुवादित कादंबरी

अनुवाद : भानू शिरधनकर

Email : author@mehtapublishinghouse.com

प्रकाशक : सुनील अनिल मेहता, मेहता पब्लिशिंग हाऊस,
१९४१, सदाशिव पेठ, माडीवाले कॉलनी, पुणे ४११०३०.

मुद्रक : पार्कसन्स ग्राफिक्स

मुखपृष्ठ : चंद्रमोहन कुलकर्णी

प्रकाशनकाल : १९६६ /
मेहता पब्लिशिंग हाऊस यांची द्वितीय आवृत्ती : फेब्रुवारी, २०१९

किंमत : ₹ १००

P Book ISBN 9789353171995
E Book ISBN 9789353172152
E Books available on : amazonkindle Apple Books Google Play Books

---

शिस्तीचा बळी

यू.एस.एस.सोमर्स हे १८४२ साली नौदलात सामील झालेलं अमेरिकी गलबत. सोमर्स नौकेच्या नेतृत्त्वाची धुरा लेफ्टनंट ग्युअर्ट गॅन्सेवुर्ट यांच्याकडे होती. नौकेवरील मिडशिपमन फिलीप स्पेन्सर नौदलाविरूद्ध बंडाळी करत असल्याची सूचना गॅन्सेवुर्टना मिळाली. स्पेन्सर विरोधात ठोस पुरावेही सापडले आणि त्यानंतर स्पेन्सर आणि त्याच्या सहकाऱ्याला या गलबतावरच फाशी चढवण्यात आलं. ग्युअर्ट गॅन्सेवुर्ट म्हणजे हर्मन मेलव्हिल यांचा चुलत भाऊ. त्यांच्याकडून हर्मनला नौदलातले असे किस्से ऐकायला मिळत. यू.एस.एस.सोमर्सवर घडलेला हा किस्सा ऐकल्यानंतर हर्मनच्या मनात 'बिली बड'चं कथासूत्र रूजलं. १८८८ साली हर्मननं ही कादंबरी लिहायला घेतली पण १८९१ मध्येच हर्मनची जीवनयात्रा संपल्यानं कादंबरी अप्रकाशित राहिली. १९१९ साली रेमण्ड विवर यांना हर्मनची हस्तलिखितं सापडली. त्यांनी ती संपादित करून १९२४ साली 'बिली बड' प्रकाशित केली.

१

आगबोटींची भुणभुण व वाहतूक सुरू होण्यापूर्वीच्या काळातली हकिगत! गोदीच्या आवारात जर कधी काळी कुणी फेरी मारली, तर त्याला तरुण धडेल खलाश्यांची टोळकीच्या टोळकी बंदरांत इकडेतिकडे रेंगाळताना दिसून यायची. हे खलाशी बहुतेक युद्धनौकांवर अगर मालवाहू बोटींवर काम करीत. त्यांची शरीरे सुदृढ व स्नायू रेखीव असत. बोटी बंदरात नांगरून पडल्यामुळे, त्यांना फारसे काम उरलेले नसे व ते मोकळेपणाने इकडेतिकडे हिंडत असत. त्यांच्या दरेक टोळक्यात सर्वांत उठून दिसणारा असा एखादा खलाशी असायचा. तारकांच्या पुंजक्यात एखादा सतेज तारा मध्येच चमकत असावा, तसा खलाश्यांच्या टोळक्यात तो मुख्य खलाशी उठून दिसे. त्याचे सोबती त्याला साहजिकच मान देत आणि तो मान व मोठेपणा त्याला तेवढ्याच सहजपणे खुलून दिसे.

त्यांच्या टोळक्यात उठून दिसणाऱ्या अशा एका खलाश्याची मला आठवण येत आहे.

त्या वेळी म्हणजे सुमारे पन्नास-साठ वर्षांपूर्वी लिव्हरपूल बंदरातील, प्रिन्सेस डॉकमध्ये जिथेतिथे जुन्या काळवंडलेल्या भिंती भकासपणे उभ्या दिसत. आता या भिंती पाडून टाकण्यात आल्या आहेत म्हणा. अशा एका भिंतीच्या आडोशाला तो खलाशी उभा होता. त्याचा वर्ण काळसर लालबुंद होता.

त्याच्या रंगारूपावरून त्याचे पूर्वज आफ्रिकन असावेत, हे कुणीही

सहज सांगितले असते. अंगापिंडाने तो सडपातळ पण भरीव होता. उंचीही भरपूर होती. आपल्या गळ्याभोवताली त्याने रेशमी रुमाल त्रिकोण करून टाकला होता आणि त्या रुमालाची दोन्ही टोकं त्याच्या काळसर श्यामल छातीवर उठावदार दिसत दिसत होती. मासेमारांच्या कानांतील कड्यांसारखीच कडी त्याच्या कानांत होती.

जुलै महिन्याचे दिवस होते. दुपारचा सुमार होता. हवेत उबारा येऊन चांगलंच उकडत होतं. खलाश्यांच्या टोळक्यातील तो म्होरक्या थट्टा करीत हुंदडत होता. त्याच्या टोळक्यातील खलाशी निरनिराळ्या देशांचे, रंगारूपांचे व स्वभावांचे होते, हे खरे; पण तरीही आपला म्होरक्या मात्र त्यांना पूर्ण प्यारा होता. बंदरातील हमाल आणि इतर जाणारे-येणारे लोकदेखील त्यांच्या त्या थव्याकडे कुतूहलाने बघत. आणि त्यांच्या उमद्या रुबाबदार म्होरक्याकडे लक्ष जाताच त्यांच्याही चेहऱ्यावर हसू उमटे. सगळ्या खलाश्यांना समाधान वाटे. आपल्या म्होरक्याबद्दल अभिमानाने त्यांची छाती फुले.

त्याच्याबद्दल अभिमान वाटायला कारणही तसेच सबळ होते. खलाश्यांचे जीवन किती धोक्याचे, कष्टकर असते, ते त्यांच्यापैकी प्रत्येक जण जाणत होता. पण त्या साहसी जीवनातील प्रत्येक धोक्याच्या प्रसंगी त्यांचा म्होरक्या सर्वांच्या पुढे घुसे. मतलय सुटली आणि शीड करकरू लागलं की, इतरांच्या मनाला भीतीनं कापरं भरायचं. पण अशा वेळी तोच वर चढून वाऱ्याच्या तोंडावर शीड गुंडाळायचा. इतरांची ती कुवतच नसे. डोलकाठीपेक्षाही अधिक उंचावर, शिडाच्या कण्याला चिकटून, घोंघावणाऱ्या वाऱ्यांत दोन्ही हातांनी शीड आवरायचं म्हटलं तर केवढं ताकदीचं नि धोक्याचं काम. वारा पिऊन उधळलेल्या आपल्या तुफानी बुसेफेलस घोड्याला आवरू पाहणाऱ्या शिकंदर बादशहासारखा तो त्या वेळी दिसत असे. त्याच्या कपाळावरील, मानेवरील नसा न् नसा फुगायच्या, त्याचे दंड पोलादासारखे घट्ट दिसायचे.

शीड आवरताआवरता, वाऱ्याच्या जोराने तो एक-दोनदा उडून दूरवर दर्यात कोसळला होता. दुसऱ्या एखाद्या खलाश्याची तर त्यानंतर पुन्हा म्हणून शिडावर चढायची हिंमत झाली नसती. पण बिली बड (हो, बिली बड हे त्याचे नाव मला आता आठवले) त्या प्रसंगामुळे

कधीच खचला नाही.

आपल्या सहकाऱ्यांचा आवडता आणि बंदरातील इतर सर्वांच्या कौतुकाला कारण झालेला बिली, नुकताच ब्रिटिश आरमारी काफिल्यात दाखल झाला होता. त्याचं वय त्या वेळी जेमतेम वीस-एकवीस वर्षांचं होतं. त्यापूर्वी तो मालवाहू गलबतांवर काम करीत असे. पण त्याचे डौलदार व काटक शरीर, त्याचा निधडेपणा आणि चपळपणा पाहून शाही आरमारी दलात त्याची निवड व्हायला फारशी अडचण पडली नाही. त्या वेळी अशा लायक तरुणांना स्वतःच्या अखत्यारीत भरती करून घेण्याचे अधिकार ब्रिटिश नौदल अधिकाऱ्यांना दिलेले असत. आणि त्यामुळे बिलीची शाही आरमारी दलात निवड होऊन एच. एम. एस. इन्डॉमिटेबल या जहाजावर नेमणूक झाली. भरती होताच त्या जहाजावर नेमणूक होणे ही गोष्ट काही साधी नव्हती. 'इन्डॉमिटेबल' जहाज आरमारी काफिल्यातील एक अजस्र जहाज असून, त्यावर चौऱ्याहत्तर तोफांचा तट होता.

बंदरात भरती होण्यासाठी जमा झालेल्या खलाश्यांच्या गर्दीत उभा असलेला बिली नजरेस पडताच जहाजावरील भरती अधिकारी लेफ्टनंट रॅटक्लिफ त्याच्यावर असे खूश झाले की, विचारूच नका! एकेकाचे नाव घेऊन तपासणीसाठी जहाजावर घेण्यापूर्वीच त्यांनी बिलीवर जणू झडपच घातली. काय असेल ते असो. भरतीसाठी जमा झालेले इतर पाच-पंचवीस तरुण अंगापिंडांनी किंवा अनुभवाने बिलीपेक्षा कमी होते असे नव्हे; पण ले. रॅटक्लिफनी त्याला एकट्यालाच पसंत करून घेतले, हे मात्र खरे.

इतक्या प्रतिस्पर्ध्यांतून आपली निवड इतक्या तडकाफडकी होईल, असे खुद्द बिलीलाही वाटले नव्हते. तो काहीसा बावरला; पण लागलीच भरती होण्यास त्याने काकू केले नाही. भरती होण्यात बिलीने दाखवलेली तत्परता जहाजावरील इतर खलाश्यांना मात्र तितकीशी आवडल्याचे दिसले नाही. त्यांनी काहीसे नापसंतीने व उपेक्षेनेच बिलीकडे पाहिले. ज्यांच्याबरोबर दिवस काढायचे, त्या आपल्या सहकाऱ्यांच्या चेहऱ्यांवरील तो भाव पाहून कुणीही बावरला असता. बिलीचेही तसेच झाले. पण जहाजाच्या कप्तानांकडे पाहताच त्याला धीर वाटला. चेहऱ्यावरूनच ते शांत, दयाळू असावेत, असे त्याला वाटले. आयुष्यभर वाऱ्यावादळांशी

झगडत आलेले ते धीरगंभीर गृहस्थ असावेत, हेही त्याने ओळखले. आणि ते खरेही होते. वयाने पन्नाशीच्या आसपास. भरदार फुगीर चेहरा. कल्ले नसलेली बारीक मिशी, फिकट, बऱ्यापैकी वर्ण असे त्यांचे वर्णन करता आले असते. आपल्या कामात वाकबगार आणि सावध. आपल्यावरील जबाबदारीची पूर्णपणे जाणीव असलेले कप्तान ग्रॅव्हेलिंग यांच्याबद्दल बिलीच्या मनात आपोआप आदर निर्माण झाला. आणि त्यांच्या आधाराने व सहानुभूतीने जहाजावरील आपले सुरुवातीचे हे दिवस सहज निघून जातील, ही खूणगाठ त्याने मनाशी बांधली.

जहाजाच्या नाळेवरील खलाश्यांच्या कोठडीमध्ये बिली एकदा आपले सामान नि कपडेलत्ते लावीत असता इंडॉमिटेबलवरील दुसरा एक जाडजूड व लठ्ठ लेफ्टनंट न सांगता त्या जागी दाखल झाला. जहाजाच्या स्टोअररूममधून त्याने एक दारूची बाटली पण आणली होती. स्वभावाने विनोदी नि थापाड्या, पण दर्यावरचा खारा वारा अंगी पूर्ण भिनलेला असा तो अधिकारी होता. कष्टकर दर्यावर्दी जीवनात, विशेषतः त्या वेळच्या लढायांच्या दिवसांतही, थट्टेसाठी, विरंगुळ्यासाठी चार मजेचे क्षण शोधून काढण्यात त्याचा हातखंडा होता. कामाच्या वेळी काम आणि तेही अगदी मन लावून, हे त्याचे ब्रीदवाक्य होते खरे; पण दर्यावरच्या रुक्ष जीवनालाही तो कधीकधी आपल्या पिण्यामुळे रंग आणीत असे. आणि कधीकधी त्याच्या पिण्यालासुद्धा सुमार राहत नसे.

आताच पाहा ना, खलाश्यांच्या त्या कोठडीत शिरताच बिली काही बोलण्याचे अगोदरच त्याने एका खुर्चीवर जेठा मारला आणि बाटलीचे बूच खोलले. बिली भांबावलाच त्याबरोबर. पण करतो काय! निमूटपणे त्याने पेला लेफ्टनंटसाहेबापुढे ठेवून दिला.

"काय, घेणार काय थोडी बिली?" लेफ्टनंट पुटपुटले.

"छे, नको" बिली म्हणाला. मद्यपान त्याला मनापासून आवडत नसे.

लेफ्टनंटसाहेबांनी पेला भरला आणि तीन घोटांत तो खलास करून दूर ठेवून दिला. ओठांवरून जीभ फिरवीत तो बिलीकडे पाहू लागला. 'याची लज्जत तुला काय कळणार', असेच बोलायचे जणूकाही त्याच्या मनात होते.

या प्रसंगातून सुटका कशी करून घ्यायची, याचा बिलीला विचार पडला होता. पण तेवढ्यात काय झाले की, कॅप्टनसाहेबच स्वतः खलाश्यांच्या त्या कोठडीच्या समोर येऊन उभे राहिले. लेफ्टनंटसाहेबांच्या हातातील बाटली पाहून त्यांच्या चेहऱ्यावर आठ्या पसरल्या.

"काय लेफ्टनंट, काय चाललंय? आमच्या नव्या रंगरूटास तर याचा धडा देण्याचा विचार नाही ना तुमचा?" ते म्हणाले.

लेफ्टनंटसाहेब विचकटपणे हसले. ते म्हणाले, "म्हणजे तुमचा नवा रंगरूट नवाच राहावा, असे वाटते की काय तुम्हाला? अहो, बाटली आणि बाई कुठल्या खलाश्याला सुटलीय?"

"हे बघा, लेफ्टनंट," कॅप्टन ग्रॅव्हलिंग किंचित रुष्ट आवाजात म्हणाले. "तुम्ही माझ्या एका उत्कृष्ट खलाश्याला भलतीच सवय लावीत आहात. बिली होतकरू आहे. रत्न आहे ते रत्न."

"बिलीच का?" लेफ्टनंट उपरोधिकपणाने बोलले. "तुमचा प्रत्येक खलाशी नि तांडेल म्हणजे रत्नंच आहेत एकेक." ते उठले, पलीकडे ठेवलेला प्याला त्यांनी जवळ घेतला व बाटलीतील पाणी ते त्यात ओतू लागले.

"तुमच्या लक्षात आलं नाही, लेफ्टनंट," कॅप्टन ग्रॅव्हलिंग म्हणाले. 'बिलीची गोष्ट निराळी आहे. तुम्ही बारकाईने कधी पाहिलंत का? बिली भरती होण्यापूर्वी या जहाजावर खलाश्यांची आपसात किती भांडणे होत. मी तर अगदी विटलो होतो त्या भांडणांना. पण बिली आल्यावर ती भांडणे आपोआपच बंद पडली. बिलीने काय जादू केली त्याचं त्याला ठाऊक; पण प्रत्येक जणाला तो हवाहवासा झालाय, हे मात्र खरं. अहो, त्याच्यासाठी वाटेल ते करायची प्रत्येकाची तयारी आहे. आणि अशा या सोन्यासारख्या पोराला तुम्ही बिघडवीत आहात, लेफ्टनंटसाहेब. एक रत्नच तुम्ही माझ्या हातातून हिरावून घेत आहात."

"बरं बुवा, राह्यलं आमचं." लेफ्टनंटसाहेब आपली बाटली आणि ग्लास आवरीत म्हणाले. "तुमचा सोन्यासारखा रंगरूट तुम्हालाच लखलाभ असो." लेफ्टनंट साहेब उठून बाहेर जाताच बिलीला अगदी सुटल्यासारखे झाले. 'इन्डॉमिटेबल'- वर भरती झाल्यापासून अगदी थोड्याच अवकाशात त्याने स्वतःच्या हुशारीमुळे मिळवलेल्या यशामुळे तो कॅप्टनसाहेबांसह सगळ्यांचा आवडता होऊन राहिला होता. त्याच्या अंगची हुशारी व

तरतरी पाहून त्याला उजव्या बोडदावरील (जहाजाच्या नाळेचा भाग) पहिल्या शिडावर लक्ष ठेवण्याचे काम देण्यात आले होते. काम कटकटीचे होते, तरीही त्याने कधी कुरकूर केली नाही. उलट तो सदान्‌कदा आनंदी दिसायचा. त्याचे सर्व सहकारी त्याच्याचसारखे जरी तरुण होते, तरी त्यांची प्रत्येकाची काही ना काही तक्रार, दुःखे ही असायचीच. बहुतेक जण बिलीपेक्षा वयाने अधिकच होते. त्या बहुतेकांचं लग्न झालं होतं. काहींचे इतर लागेबांधे होते. दूरदूरच्या बंदरांतून असलेल्या बायकोमुलांची आठवण होऊन ते पुष्कळदा मनात कुढत असायचे. बिलीला असा लागाबांधा कसलाच नव्हता. त्याचं कुटुंब, त्याची नातीगोती सगळं काही त्याचा तोच होता. आणि मागली काळजी करण्याचं काही कारण नसल्यामुळे तो सारा वेळ आपल्या कामात दंग होऊन जात असे.

२

मालवाहू जहाजांवर पूर्वी केलेल्या कामाचा अनुभव बिलीच्या आता चांगला उपयोगास आला. त्या जहाजांवर त्याने काढलेला त्रास व उपसलेले कष्ट यांमुळे या नव्या अजस्र युद्धनौकेवरील त्याच्या वाट्याचे विवक्षित काम त्याला अगदी हलके वाटले असल्यास नवल नाही. कामाच्या सवयीमुळे व दर्यावर्दी अनुभवामुळे नव्या युद्धनौकेवर तो काही बिचकला नाही. आणि त्यामुळेच त्याचे इतर सहकारीही त्याच्याकडे काहीशा आपलेपणाने, आदराने पाहू लागले. तोच तो जर का नवखा असता तर, त्याला त्यांच्या संगतीला अगदी नकोनकोसे झाले असते.

तो तरुण होता. अंगापिंडाने तो भरदार थोराड दिसत असला, तरी त्याचा चेहरा मात्र अजून बालिशच दिसत असे. अगदी ओठ पिळला तर दूध निघेल असे म्हणतात ना, तसाच. रोजच्या रोज खाऱ्या वाऱ्यात राबल्यामुळे खलाश्यांच्या चेहऱ्यावर येणारा एक तऱ्हेचा राकट आणि तेलकटपणा त्याच्या चेहऱ्यावर अजिबात दिसून येत नव्हता.

'इन्डॉमिटेबल'वर काम करणाऱ्या खलाश्यांमध्ये दर्यावरचा खारा वारा प्यालेले अनेक अनुभवी खलाशी होते. आरमारी युद्धाचा अनुभव असलेलेही त्यांत अनेक जण होते. त्या अनुभवी खलाश्यांमध्ये काम करताना बिली काहीसा बावरला होता; नाही असे नाही. सुंदर खरी, पण खेड्यात वाढलेली एखादी तरुणी शहरातील नटव्या मुलींच्या

थव्यात सापडल्यावर जशी बुजून जाईल, तशीच काहीशी त्याची स्थिती झाली होती. आपल्या अंगच्या हुशारीमुळे आपल्या एक-दोघा सहकाऱ्यांच्या चेहऱ्यांवर आठ्या पडताहेत, हे बिलीच्या लक्षातही येत नसे. तसेच अधिकारी वर्गापैकी एकदोघा जाणत्या अधिकाऱ्यांच्या मनात आपल्या चलाखीमुळे आपण भरलो आहोत, हेही त्याला कधी कळले नाही. स्वभावाने साधासुधा, भाबडा पण कामाला वाघासारखा! स्वतःबद्दलची किंवा आपल्या कुटुंबीयांबद्दलची माहितीही त्याला फारशी नव्हती.

त्याच्या या गूढाचा स्फोट तो भरती झाला, त्याच वेळी प्रथम झाला होता. चाचणी परीक्षा घेताना भरती अधिकाऱ्यांनी त्याला अनेक प्रश्न विचारले. मध्येच त्यांनी विचारले, "तुझा जन्म कुठल्या गावी झाला?"

बिलीने साधेपणाने उत्तर दिले, "ते मला काय माहीत? मी त्या वेळी नुकताच जन्मलो होतो."

जहाजावर एकच हशा पिकला.

त्याच्या साधेपणामुळे भरती अधिकारी खूश झाले. ते म्हणाले, "काय म्हणतोस, जन्म कुठे झाला ते ठाऊक नाही? तुझे वडील कोण होते?"

"देव जाणे!" तो म्हणाला.

त्या उत्तराने तर अधिकच हशा पिकला. भरती अधिकाऱ्यांशेजारी त्यांचे एक सहायक उभे होते. त्यांनी विचारले,

"तुझे लहानपण कुठे गेले? लहानपणची काही आठवण आहे का तुला?"

"छे!" बिली म्हणाला. "पण मी ऐकलं आहे की, ब्रिस्टल शहरात कुणा एका भल्या माणसाच्या घराच्या वरच्या मजल्यावरून खाली लोंबणाऱ्या पाळण्यात मी सापडलो होतो."

"वा! म्हणजे तू टाकलेलं पोर आहेस तर! बरं झालं सापडलास म्हणून. अशी तुझ्यासारखी आणखी काही पोरं जर सापडली, तर काय बहार होईल! आपल्या आरमाराला त्यांची खरोखरच जरूर आहे."

बिली खरोखरच बेवारस अनौरस मुलगा होता. पण एक मात्र खरं

की, त्याच्या अंगातील रक्त मोठ्या श्रीमंत सरदार कुटुंबातील होतं. ते त्याच्या चेहरेपट्टीवरूनच स्पष्ट दिसून येई. त्याच्या बुद्धीतील चमक, तिचा संबंध त्याच्या अंगातील या रक्ताशीच जोडता आला असता. शिक्षणाचा त्याला गंधही नव्हता. त्याला लिहिता-वाचता येत नसे. पण त्याचा गळा मात्र गाणाऱ्याचा होता. शिडाचा झोळ आवरताआवरता तो एखादवेळी अशी एकादी लकेर घेत असे.

बिलीची धिटाई वाखाणण्यासारखी असे. संकटकाळी, विशेषतः वाऱ्यावादळात, सर्वांच्या पुढे घुसण्याची त्याची नेहमीच तयारी असे. उफाळणाऱ्या मौजांच्या तोंडात उडी घेण्यासही तो मागे येत नसे. त्याच्या अंगच्या वाखाणण्यासारख्या गुणांप्रमाणेच काही दोषही त्याच्या अंगी होते; नाही, असे नाही. त्याचा आवाजच घ्या ना! एरवी बोलताचालता त्याचा आवाज चांगला खणखणीत येई; पण तो रागावला आणि कधी एखाद वेळी त्याने आवाज चढवला, की नेमका त्या वेळी त्याचा आवाज दगा देत असे. तो पिचे आणि त्याची मोठी पंचाईत होई.

पण जाऊ द्या! माणूस हा असाच असायचा! त्यात बिली एक साधा खलाशी गडी होता. त्याची ही हकिगत तशीच साधीसुधी असणार. ती काही कादंबरी नव्हे.

३

बिली बड 'इन्डॉमिटेबल' वर आपणहून जेव्हा भरती झाला, तेव्हा ते जहाज भूमध्य समुद्रातील मुख्य आरमारात दाखल होण्यासाठी निघालेले होते. आणि ते तिथे जाऊन आरमारात सामील होण्यास काही फारसा अवधी लागला नाही. त्या आरमारातील एक घटकजहाज म्हणून ते निरनिराळ्या हालचालींत, कारवायांत भाग घेऊ लागले. आणि पाणी कापण्याची त्याची गती इतर जहाजांपेक्षा जास्त असल्यामुळे अधूनमधून छोटे गडाप इतर कामांत गुंतले असल्यास, त्यांऐवजी इन्डॉमिटेबल टेहळणीच्या कामासाठी वापरण्यात येऊ लागले. पण सगळ्या आरमाराच्या हालचालींशी काही आपल्या या गोष्टीचा संबंध नाही. आपणास फक्त त्यांपेकी एका जहाजाचीच हकिगत सांगायची आहे आणि तीपण त्या जहाजावरील एका विवक्षित खलाश्याच्या आयुष्याची.

१७९७ सालच्या उन्हाळ्यातील ही गोष्ट आहे. त्या सालच्या एप्रिल महिन्यात स्पिटहेड येथे बंडाळी झाली होती. लागोपाठ नोर येथील आरमारातही खलाश्यांनी उठाव केला. खलाश्यांचा हा उठाव एवढा जोराचा झाला की, त्याला सर्व जण पुढे बंड असेच म्हणू लागले. खाडीपलीकडील फ्रान्स देशात झालेल्या राज्यक्रांतीच्या आगीच्या ठिणग्या ज्या वाऱ्यावरून उडत आल्या, त्यांमुळेच इंग्लंडच्या आरमारातील खलाश्यांत धुमसत असलेला अग्नी, ज्वालामुखीसारखा एकदम उफाळून निघाला. स्पिटहेड येथील बंडखोर खलाशी आणि सरकारी सैनिक

यांच्यामध्ये चकमकी उडाल्या, सामोपचाराची बोलणी झाली, खलाश्यांच्या काही गाऱ्हाण्यांचा बंदोबस्त झाला, त्यांना काही सवलती मिळाल्या आणि त्या उठावाचा बीमोड झाला. पण नोर येथे झालेला बंडावा फारच मोठ्या प्रमाणात झाला. आरमारी सेनेतील प्रमुख अधिकाऱ्यांच्या राजनिष्ठेमुळेच त्या उठावाचा बीमोड झाला. बंडात सामील झालेल्या खलाश्यांपैकी अनेक जण चिरडले गेले, भरडले गेले, अनेकांना सजा झाल्या हे खरे; पण बहुतेकांना नंतर दया दाखवण्यात आली आणि सरकारच्या त्या उदार धोरणाचा त्या खलाश्यांच्या जीवनावर मोठा सुपरिणाम झाला.

या बंडवाल्या खलाश्यांपैकी शेकडो खलाश्यांनी नंतर नेल्सनच्या नाईलवरील युद्धात भाग घेतला. नेल्सनच्या त्या युद्धातील विजयात त्यांनीच पराक्रमाची शर्थ केली होती. ट्रॅफलगार येथील युद्धातही नेल्सनला जी विजयश्री मिळाली, त्यातही या बंडवाल्या खलाश्यांच्या शौर्याचा मोठाच वाटा होता. आरमारी युद्धांची युद्धनीती, डावपेच, सैनिकांची निष्ठा व शर्थ यांबद्दल ट्रॅफलगारचे युद्ध प्रसिद्ध आहे. अनेक शाहिरांनी त्या युद्धाचे पोवाडे गायलेले आहेत. अशा युद्धांत शौर्याची शिकस्त करणारे ते खलाशी, बंडवाले म्हणून चिरडले गेले असते; पण विधिलिखित निराळे होते खरे!

४

नोर येथील खलाश्यांची बंडाळी मोडली गेली. त्यांची काही गाऱ्हाणी दूर केली गेली; पण पुष्कळशी तशीच कायम राहिली. खलाश्यांना गणवेष व कपडालत्ता पुरविणे, त्यांना रेशन व खाद्य पदार्थ पुरविणे ही कामे ठेकेदारांकडे सोपवली जात, ती तशीच कायम राहिली. हे ठेकेदार जुना कोठेलेला कपडा त्यांच्या गळयात बांधीत. मापे घेऊनसुद्धा गणवेश कधीच कुणा खलाश्याच्या अंगास बसत नसे. त्यांची शिलाई तर विचारूच नका. कपड्यांचा रंग एकाच धुण्याने निघून जायचा. धान्याचे माप कधीच खरे नसे. आणि अन्नात इतकी भेसळ असायची की बस्स!

पण ठेकेदारीची ही पद्धत शतकानुशतके चालत आलेली होती. कायद्याने तिला मान्यता मिळालेली होती. त्या पद्धतीचे दोष लक्षात येऊनसुद्धा कुणी ती बदलण्याची भाषा करीत नव्हता. त्या काळी त्या पद्धतीत बदल करणेही शक्य झाले नसते. ती बदलणे म्हणजे आरमाराची अर्धीअधिक शक्ती खच्ची करण्यासारखे झाले असते. कारण त्या काळी सर्व आरमारी जहाजे शिडांवर चालणारी होती. त्यांना लागणारी असंख्य शिडे, ताडपत्र्या, दोरखंडे, दोर, साखळ्या, पिंपे, घमतांचे सामान, कप्प्या, सुकाणूंच्या दांड्या... एक का शेकडो वस्तूंचा पुरवठा करण्याचे काम ठेकेदारांकडे सोपवल्यावाचून होण्यासारखे नव्हते.

खलाश्यांच्या खाण्याजेवण्याच्या, कपड्यालत्त्यांच्या या गैरव्यवस्थेतून निर्माण झालेला असंतोष स्पिटहेड आणि नोर येथे झालेल्या उठावांच्या

प्रयत्नांनंतरही खलाश्यांच्या मनात तसाच धुमसत राहिला होता. त्यामुळे ते दोन्ही उठाव जरी मोडून काढण्यात आले, तरी पुन्हा तसा उठाव होणारच नाही, अशी खात्री मात्र कुणालाच वाटत नव्हती. उलट, नव्या उठावांची शंका यावी, अशा अनेक गोष्टी अधूनमधून घडूनच येत असत. त्याच वर्षी स्पेनच्या किनाऱ्यालगत असलेल्या आरमारी काफिल्याचे सेनानी व्हाईस ॲडमिरल सर होऱ्याशिओ (नेल्सन) यांना 'कॅप्टन' जहाजावरील युद्धपताका 'थेसूअस' जहाजावर नेण्याचा हुकूम वरून आला. नोर येथे झालेल्या बंडाळीचा बीमोड करण्यात 'थेसुअस' जहाजाने विशेष कामगिरी केली होती. यामुळे बंडाळीत सामील झालेल्या इतर खलाश्यांचा त्या जहाजावर राग होता आणि त्यावर मानाची युद्धपताका घेऊन जाताना या रागाचा स्फोट होण्याचा मोठाच संभव होता. त्या वेळी केवळ नेल्सन यांच्या व्यक्तिमत्त्वामुळेच खलाश्यांच्या मनात धुमसत असलेल्या असंतोषाने पेट घेतला नाही. पण युद्धपताकेची अदलाबदल होईपर्यंत कुणाच्याच मनाला स्वस्थता नव्हती, हे मात्र खरे! आरमारातील सर्वच जहाजांवर अशा तऱ्हेचे अस्थिर आणि शंकाकुशंकांचे वातावरण नांदत असल्यामुळे बंडाळीला तोंड फुटू नये म्हणून अधिकारी वर्गाकडून मोठी सावधगिरी घेतली जात होती. तोफखान्यावर काम करणाऱ्या खलाश्यांवर खास नजर ठेवावी लागे. आणि शत्रूशी मुकाबला करण्याच्या प्रसंगी गोलंदाजांनी काम नाकारू नये म्हणून त्यांचे अधिकारी तलवारी उपसून त्यांच्या धाकाखाली मारा करून घेत असत.

५

बिली बड काम करीत असलेल्या 'इन्डॉमिटेबल' जहाजावरील खलाश्यांची वागणूक पाहिली किंवा त्यांचे आपसातील बोलणे ऐकले, तर मात्र कुणालाही नवल वाटले असते. त्यांच्या बोलण्यावरून नुकताच असा काही बंडावा कुठे झाला असेल, अशी कुणालाही शंका आली नसती. त्या जहाजावरील खलाशी नि त्यांचे अधिकारी यांची वागणूक खेळीमेळीची होती. जहाजावरील मुख्याधिकाऱ्याबद्दल त्या सर्वांच्या मनात आदर होता. त्यांची अवज्ञा करण्याचे त्यांच्यापैकी कोणाच्याही मनात कधी चुकूनसुद्धा आले नव्हते. अर्थात त्यांचे अधिकारीही तसेच होते.

कॅप्टन वेर यांचीव गोष्ट घ्या ना. त्यांचं संपूर्ण नाव व हुद्दा कॅप्टन द ऑनरेबल एडवर्ड फेअर फॅक्स वेर असे होते. त्यांचं वय सुमारे चाळिशीचं असून, त्यांचं अजून लग्न झालेलं नव्हतं. त्याचं नाविक जीवन इतरांनी धडा घेण्यासारखं होतं. त्यांचा जन्म जरी उच्च कुळात झाला होता, तरी नाविक दलात त्यांचा प्रवेश झाला व अधिकारपद मिळाले, त्याचं कारण मात्र उच्च कुळातील जन्म हे नव्हतं. आपल्या अंगची कर्तबगारी व चोख बजावलेली कामगिरी यांमुळेच त्यांना त्यांचं आजचं स्थान प्राप्त झालं होतं. त्यांनी अनेक लढायांत भाग घेतला होता व त्यात ते विजयी झाले होते. आपल्या हाताखालच्या माणसांवर त्यांची जरब असे, तसेच त्यांच्याबद्दल त्यांना आपलेपणा व प्रेमही वाटे. कामात ते सवलती देत; पण शिस्तभंग किंवा अमर्यादा बिलकूल

सहन करीत नसत. आपल्या कामात ते पूर्ण वाकबगार होते. प्रसिद्ध फ्रेंच सेनानी डी ग्रास यांच्याशी वेस्ट इंडियन समुद्रात झालेल्या चकमकीत सेनापती रॉडने यांच्या हुकमाखाली त्यांनी बजावलेली कामगिरी, ही त्यांची पराक्रमाची शर्थच होती.

मात्र जहाजावरून खाली उतरून ते इतर नागरिकांच्यात वावरू लागले की, ते खलाशी जीवनात इतके समरस झालेले असतील, असे कुणालाच कधी वाटत नसे. त्यांच्या बोलण्याचालण्यात नाविक जीवनाचा उल्लेख किंवा त्या भाषेतील शब्द कधी चुकूनसुद्धा येत नसे. फार कशाला, आपला नाविक गणवेश बदलून जहाजावरून खाली गोदीच्या धक्क्यावर उतरताना जरी त्यांना कोणी पाहिले असते, तरी हे दर्यावर्दी अधिकारी आहेत, असे कुणाला वाटले नसते. कुणीतरी एखादा मोठा मुलकी अधिकारी काहीतरी राजकीय गुप्त कामगिरीसाठी नाविक दलातील या युद्धनौकेवर गेला असावा, असे त्यांना पाहणाऱ्या कुणालाही त्या वेळी वाटले असते.

कॅप्टन वेर स्वभावाने शांत व वागण्यात व्यवहारी खरे; पण स्वप्नरंजनात रंगून जाण्याची त्यांची वृत्तीही मोठी उल्लेख करण्याजोगी होती. जहाजाच्या तक्तपोशीवर, दोरखंडाच्या वेटोळ्यावर एक पाय ठेवून ते कधीकधी भोवतालच्या अफाट दर्यावर नजर टाकीत उभे राहत. हळूहळू ते स्वतःला व भोवतालच्या जगाला विसरून जात. अशा वेळी जर मध्येच कुणी एखाद्या क्षुल्लक गोष्टीसाठी त्यांना विचारू लागला, तर त्यांची समाधी भंग पावे व ते काहीसे चिडत असत. पण लागलीच त्यात त्या माणसाचा काही गुन्हा नाही, हे जाणून ते स्वतःला सावरीत.

त्यांच्या जहाजावर का, सगळ्याच नौदलात वेर हे 'चमकते वेर' या टोपणनावाने ओळखले जात. 'चमकते' या शब्दाची जोड त्यांच्या नावाला कशी मिळाली, हे नक्की सांगता येत नाही. नौदल अधिकारी म्हणून त्यांचे काही गुण उल्लेखनीय होते खरे; पण म्हणून काही 'चमकते' ही उपाधी त्यांच्या नावामागे लागली नव्हती.

वेस्ट इंडियन दर्यावर पराक्रम गाजवून इंग्लंडला परतल्यावर त्यांचे जिवलग मित्र व नातेवाईक लॉर्ड डेंटन हे त्यांना भेटण्यासाठी व अभिनंदन करण्यासाठी आले. भेट होताच लॉर्ड डेंटन यांनी त्यांना

कडकडून मिठी मारली व ते म्हणाले, "शाबास, माझा चमकता वेर, कॅप्टन वेर." यांच्या एका पूर्वजाने सतराव्या शतकात जर्मनीशी झालेल्या लढायांत अशीच पराक्रमाची शर्थ केली होती. अँड्र्यू मार्वल नावाच्या एका शाहिराने त्याच्या पराक्रमावर पोवाडा रचला होता. त्या पोवाड्यात मार्वलने कॅप्टन वेर यांच्या त्या पूर्वजाला 'चमकता वेर' असे स्वयंस्फूर्तपणे म्हटले होते. लॉर्ड डेंटन यांना त्या पोवाड्याच्या ओळीची आता आठवण झाली व कॅप्टन वेरना मिठी मारून त्यांचं अभिनंदन करताना तेच शब्द त्यांच्या मुखावाटे बाहेर पडले आणि ते कॅप्टन वेर यांच्या नावामागे कायमचे चिकटले गेले.

६

'इन्डॉमिटेबल' जहाजावरील प्रमुख कॅप्टन वेर हे असे होते. नाविक शास्त्रातील त्यांचा अनुभव, ज्ञान व पारंगतता वगळली आणि इतर गोष्टींचा विचार केला, तरी ते एक वेगळ्याच तऱ्हेचे चमकदार बुद्धीचे गृहस्थ होते, असे कुणालाही मान्य करावे लागले असते. संगीत, नृत्य, नाटक व वाङ्मय इत्यादींची त्यांना मोठी आवड होती. पुस्तके तर त्यांना प्राणच वाटत. नव्या बंदरात ओखा केला की, ते प्रथम शहरातील पुस्तकांची दुकाने धुंडाळीत व नांगर उचलून पुढील बंदरात जाताना बरोबर चार-सहा तरी नवी उत्तमोत्तम पुस्तके घेत असत. दर्यावर्दी सफरीत अधूनमधून येणारा कंटाळा, तोचतोच प्रकारचा शीण घालवण्याकरता या पुस्तकांचा त्यांना चांगला उपयोग होत असे. इतिहास, प्रवास, साहस, जीवन या विषयांवरील पुस्तके ते आवडीने वाचत. तसेच नवमतवादी तरुण लेखकांचे लिखाण त्यांना मोठे पसंत असे. या ग्रंथांच्या परिशीलनात दैनंदिन जीवनातील खडतरपणा तर ते विसरून जात; पण त्यात त्यांना आत्मप्रतीतीही आढळून येई.

कॅप्टन वेर यांच्या अशा वाचनप्रियतेमुळेच त्यांची त्यांच्या इतर सहकारी अधिकाऱ्यांपासून फारकत झाली होती. त्यांचे सहकारी त्यांना रुक्ष, पुस्तकांतील किडा समजत असत. आपापसात बोलताना ते म्हणत, 'वेर उमदा अधिकारी आहे, दर्यावर्दीपणात किंवा लढाईंत तो कुणाला हार जाणार नाही हे खरे; पण त्याचे ते पांडित्य आणि वाचन

काहीसे अस्थानी आहे, नाही का? जहाजावरील दोरखंडांच्या रगाड्यात रेशमी दोर मध्येच असाव, तसेच नाही का हे!'

कॅप्टन वेर यांच्या हाताखालचे इतर अधिकारी व खलाशी यांचे वर्णन करण्याची काही इथे विशेष जरूरी नाही. पण यांपैकी खालच्या श्रेणीतील एका छोट्या अधिकाऱ्याची थोडक्यात ओळख करून देणे श्रेयस्कर होईल. हा छोटा अधिकारी म्हणजे जॉन क्लॅगार्ट. त्याच्याकडे 'निशाण' खात्याची व्यवस्था असे. तोफखान्याचा शोध लावण्यापूर्वी त्या अधिकाऱ्याकडे खलाश्यांना तलवार, बरची, भाला यांसारख्या शस्त्रास्त्रांचे शिक्षण देण्याचे काम असे. पण जमाना बदलला, तोफा-बंदुकांचा शोध लागला, तीक्ष्ण पोलादावर गंधक व कोळसा यांच्या मिश्रणाने मात केली, तेव्हा या अधिकाऱ्याचे काम बदलले. त्याच्याकडे निशाणे ठेवण्याचे काम आले, जहाजावरील खलाश्यांत शांतता व सुव्यवस्था राखण्याचेही काम त्याच्याकडेच आले. थोडक्यात, तो जहाजावरील पोलीसप्रमुखच जसा!

निशाण खात्याचा मुख्य क्लॅगार्ट वयाने सुमारे पस्तिशीचा होता. स्वभावाने काहीसा राखीव आणि उंचेलेसा होता. त्याचे शरीर डौलदार नसले, तरी तसे बेडौलही नव्हते. त्याचे हात अगदी लहान व नाजूक होते. काबाडकष्ट करण्याची त्या हातांना सवय नसावी. चेहरा रेखीव पण हनुवटी मात्र जरा पसरट. नजर तीक्ष्ण, रंग पिवळसर गोरा. दर्यावर्दी खलाश्यांचा रंग नेहमी तांबूस, उन्हाने करपल्यासारखा काळा असतो. दर्यावरील उघड्या वाऱ्याउन्हाचा तो परिणाम असतो. पण क्लॅगार्ट याला अपवाद होता. कदाचित त्याला उघड्या उन्हात काम करावे लागत नसे, हे त्याचे कारण असेल.

क्लॅगार्टच्या पूर्वायुष्याची कुणालाच काही माहिती नव्हती. तो जन्माने इंग्लिश असावा, असे वाटे. पण बोलताना तो जे शब्दोच्चार करी, त्यावरून तो इंग्लिश नसावा, असे वाटू लागे. जहाजावरील खलाश्यांपैकी कुणालाच त्याची खरी माहिती नव्हती. जहाजाच्या नाळेवरील खलाश्यांच्या गप्पांच्या बैठकीत त्याच्याबद्दल नेहमी नवेनवे किस्से सांगितले जात व अफवा उठत. कुणी म्हणे, तो असाच एक गुंड होता. पैशांच्या अफरातफरीत तो कायद्याच्या कचाट्यात आला व त्यातून निसटण्यासाठी तो आरमारात भरती झाला. त्याबद्दलच्या अशा अनेक अफवा उठत व पसरत. त्याच्याच का? अशा अफवांच्या

तडाख्यातून जहावरील कुठलाच अधिकारी किंवा खलाशी सहसा सुटलेला नसे. एकमेकांबद्दल खोट्यानाट्या कंड्या पिकवण्यात खलाश्यांची डोकी मोठी तल्लख असत. आणि क्लॅगार्टसारखा शिक्षित मनुष्य नाविक जीवनाचा काहीही अनुभव नसता जेव्हा मोठ्या वयात अगदी साधा खलाशी म्हणून भरती झाला, तेव्हा त्याच्या पूर्वायुष्याबद्दल अफवा उठवण्यास व खोट्यानाट्या कंड्या पिकवण्यास इतरांना मोकळे कुरणच सापडले.

क्लॅगार्टबद्दल किंवा इतर कुणा खलाश्याबद्दल अशा अफवा उठायला त्या वेळी कारणेही सबळ असत. आरमारात त्या काळी आगापीछा नसलेले अनेक लोक भरती होत. गावात त्रासदायक ठरलेल्या अनेक गुंडांना पोलिसच कधीकधी अटक करीत व आरमारी गोदीत आणून त्यांची खलाशी म्हणून भरती करून टाकीत. आपखुशीने भरती होणाऱ्यांतही अनेक जण कर्जबाजारी, भुकेकंगाल, स्त्रियांना फसवून निसटू पाहणारे, खिसेकापूही असत. एकदा का आपण भरती झालो की, पोलिसांच्या ससेमिऱ्यातून सुटलो, हे त्यांना ठाऊक होते. फार कशाला, त्या काळच्या युद्धजन्य परिस्थितीत युद्धनौकांवर लागणारे मनुष्यबळ नेहमीच अपुरे पडे आणि त्यामुळे कधीकधी तुरुंगांतून शिक्षा भोगत खितपत पडलेल्या अनेक गुन्हेगारांना सरळ त्या बोटीवर भरती करून घेण्यात येत असे. राष्ट्रीय व साहसी बुद्धीने किंवा दर्यावर्दी जीवनाची चव घ्यावी या इच्छेने, स्वेच्छेने भरती झालेला एकाददुसरा तरुण वगळला, तर त्या वेळच्या खलाश्यांत वरच्यासारख्याच लोकांचा मोठा भरणा असल्यामुळे कुणाबद्दल कोणत्या वेळी काय बातमी उठेल,याचा भरवसा नसे. आणि अशा चटकदार गोष्टी एकमेकांस सांगून मिटक्या मारण्यात नाळेवरील बैठकी रंगून जात. या बैठकीच्या गप्पांत कधीकधी क्लॅगार्टचाही उल्लेख येई. पण प्रत्येक गोष्ट फुगवून सांगण्याचा माणसांचा स्वभाव पाहिला, की क्लॅगार्टबद्दलच्या गप्पा खऱ्या मानण्याचे आपणास काही कारण नाही. शिवाय तो खराच तसा गुंड असता, तर हाताखालच्या खलाश्यांवर त्याचे वजन पडले नसते. त्याला त्यांनी मानही दिला नसता.

क्लॅगार्टबद्दलच्या अफवा काही का असेनात! तो घमत मारणारा साधा खलाशी म्हणून भरती झाला. पण त्या खालच्या जागेवरून चढत वर यायला त्याला काही अवधी लागला नाही. आपल्या अंगच्या गुणांमुळे तो लवकरच त्या जहाजावरील निशाण खात्याचा प्रमुख झाला.

७

बोडदा (नाळेवरचा भाग) वरील दिनक्रम बिलीला चांगलाच मानवला होता. बघावा तेव्हा बिली डोलकाठीच्या शेंड्यावर चढलेला व शिडांची मातण बदलण्यात अगर इतर काही कामांत गुंतलेला दिसायचा. पण एखादवेळ वारा संथ असला, शिडाचा फुगा कमी-जास्त फुगत नसला, तर त्याला थोडी उसंत मिळत असे. अशा वेळी बिली कलमीची (छोट्या डोलकाठ्या) शिडे उतरवी. ती गुंडाळून तो त्यांच्या धड्या करी व बोडदावरील मोकळ्या जागेत त्या लोडासारख्या मांडून दोघां-चौघा सहकाऱ्यांसह बोलत बसे. त्या वेळी खालच्या माळ्यावरील आपले जोडीदार कामामुळे घामाघूम झालेले बघून त्याला गंमत वाटे. डोलकाठीवर चढण्या-उतरण्याचे, शिडे सोडण्या-गुंडाळण्याचे, मातणी बदलण्याचे, हबेसण्याचे काम काही सोपे नि साधे नव्हते. विशेषतः घोंघावणाऱ्या वाऱ्याच्या व थंडीच्या तोंडावर ती कामे करणे म्हणजे संकटच वाटावे. पण बिलीचे तरुण मन त्यात रंगले होते. कामात तर तो कधीही कुचराई करीत नसे. अधिकाऱ्यांच्या प्रत्येक हाकेला तो बिनचूक साद देत असे. अवजार थोडे जरी कुरकुरले, तरी तो झरझर डोलकाठीवर चढून जाई. आळस कसा तो त्याला ठाऊकच नव्हता मुळी!

पण त्याच्या या दक्षतेमुळेच तर त्याचे इतर सहकारी कुरबुरत असत. त्यांच्यापैकी बहुतेक सगळे जण वयस्कर होते. बिलीसारखा उत्साह त्यांना आता परवडत नव्हता. काही जण तर निव्वळ कामचुकार

बनले होते. बिलीची धांदल, धावपळ पाहिली, की ते आपसात हसत. ते म्हणत, 'शिक्षा होईल म्हणून घाबरतोय हा पोर.'

बिलीच्या कामसूपणाचे कारण शिक्षेबद्दल धास्ती हे नव्हते; तथापि कामचुकारपणाबद्दल शिक्षा मात्र कडक होत, हे खरे.

सुकाण्याला (सुकाणू धरणारा नाविक) मदत करणाऱ्या एका नव्या पोराला शिक्षा झालेली बिलीने पाहिली होती. जहाज हाकारण्याच्या वेळेला सुकाण्याला आपल्या कामात अत्यंत सावध राहावे लागते. त्या वेळी तो आपल्या सहायकावर बराच अवलंबून असतो. आणि या नव्या सहायकाने एकदा, जहाज हाकारण्याच्याच वेळी कुठे दडी मारली. परिणाम असा झाला की, सुकाण्याच्या हातातील वरे (सुकाण्याचा दांडा) किंचित कलले व त्यामुळे वारा घेतलेल्या शिडाने जहाज भलतीकडेच झुकवले. दुसऱ्या गलबतावर ते जाऊन आदळायचे; पण थोडक्यात बचावले.

त्या पोऱ्याला सजा झालेली नंतर बिलीने पाहिली. त्याच्या उघड्या पाठीवर वेताने सपासप फटके मारण्यात आले. फटक्यांच्या शिक्षेची कल्पना, ती अनुभवल्यावाचून किंवा पाहिल्यावाचून कुणास सहसा येणार नाही. तो तरुण फटक्यागणिक कळवळत होता. ओरडत होता. शिक्षा आटोपल्यावर त्याच्या पाठीवर लगेच कपडा टाकण्यात आला. त्याच्या पाठीचे झालेले धिरडे बघणे कुणालाही शक्य नव्हते. त्याच्या चेहऱ्यावर पसरलेले भय आणि फटफटीतपणा पाहून बिलीचं काळीज थरकलंच. तो स्वतः आपल्या कामात कधीच कुचराई करीत नसे आणि ती फटक्यांची शिक्षा पाहिल्यावर तर त्याने मनाशी धडाच केला की शिक्षा तर राहू देच; पण अधिकाऱ्यांना जरा वेडेवाकडे बोलायलाही जागाच ठेवायची नाही.

मात्र तो स्वतः जरी अगदी दक्षतेने वागत होता, तरी त्याचे सहकारी मात्र त्याला अधूनमधून अडचणीत आणत असत. ते त्याची सामानाची पेटी किंवा गणवेशच एखाद वेळ लपवून ठेवत व त्यामुळे त्याला शिक्षा होण्याची पाळी येई. आपण एवढी काळजी घेऊनसुद्धा असे कसे होते, ते त्याला कळत नसे. सहकाऱ्यांना विचारावे तर ते हसू लागत. "तुझी बॅग होय? अरे, असेल तिथेच कुठेतरी. कोण घेऊन जातोय तिला?"

त्याच्या सहकाऱ्यांमध्ये एक अनुभवी पण वयस्कर खलाशी होता. वय झाल्यामुळे आता त्याला जडभारी, चढउताराची कामे होत नसत. आता त्याच्याकडे नुसते दोरखंडे तपासण्याचे, गुंडाळण्याचे नि हबेस, आर्या असे ओरडून सांगण्याचे तेवढे काम सुपूर्त करण्यात आले होते. अडीअडचणीत मात्र तो बाकीच्या तरुण खलाश्यांना फार उपयोगी पडायचा. तो कुठल्या गावचा नि कुठल्या देशाचा होता कुणास ठाऊक! पण वाटायचा मात्र इंग्रज. स्वभावाने अबोल. त्याच्या चेहऱ्यावर सुरकुत्या तरी किती! लढायांतील जखमाच्या खुणांचीही त्यांत भर! वाऱ्यावादळाने खडबडीत झालेला त्याचा चेहरा कसा करवती भासे. बंदुकीच्या दारूचे निळसर काळे डाग त्याच्या चेहऱ्यावर, मानेवर आणि खांद्यांवर सगळीकडेच होते. अनेक आरमारी लढायांत त्याच्या अंगाखांद्यावर मारा झालेला होता आणि त्यानेही तसाच उलट मारा केलेला होता, हे त्याच्याकडे नुसती एकदा नजर टाकली, तरी कुणाच्याही लक्षात येई. दोन वर्षांपूर्वी सेनापती नेल्सनच्या हुकमतीखाली तो लढला होता. 'ॲगॉमेमॉन' या त्यांच्या युद्धनौकेची त्या युद्धात जी हानी झाली, त्यावरूनच ती लढाई किती उग्र स्वरूपाची झाली होती, हे लक्षात येत असे. त्याच्या उजव्या गालावर कानशिलापासून तो हनुवटीपर्यंत जो लांबलचक वण होता, ती 'ॲगॉमेमॉन' जहाजावरील लढाईतच त्याला झालेल्या मोठ्या जखमेची खूण होती, असे म्हणायला हरकत नाही. 'इन्डॉमिटेबल'वरील सर्व तरुण खलाश्यांना त्या वणामुळेच त्याच्याबद्दल आदर नि वचक वाटे आणि अडीअडणीच्या वेळी ते त्याची सल्लामसलत घेत.

बिलीची सामानाची पेटी नाहीशी झाल्यावर बिली त्या म्हाताऱ्या खलाश्याकडे गेला. "माझं सामान असंच अधूनमधून कुठेतरी हरवतं. ते कुणी मुद्दाम लपवून ठेवतं की काय, कुणास ठाऊक!" बिलीने त्याला म्हटलं. तो म्हातारा हबेसवाला बिलीवर खूश होता. बिली त्याला येताजाताना नेहमी सलाम करी. त्याच्या वयाची व अनुभवाची बूज बिलीइतकी इतर कुणी कधी राखीत नसे. त्यामुळे बिली त्याला मनातून आवडे. बिलीचे लहान वय बघून तो त्याला बिलीच्या ऐवजी कधीकधी 'बेबी' म्हणून हाक मारी. आणि ते ऐकून इतरही अनेक जण बिलीला आता बेबी म्हणूनच हाक मारू लागले होते.

वऱ्याजवळच्या (सुकाणूतील भाग) साटीवर (तक्तपोशीवर) दोरखंड गुंडाळत तो म्हातारा एकदा बसला होता. बिली हळूच त्याच्या मागे जाऊन उभा राहिला. कामात व्यग्र होता, तरी बिलीची चाहूल त्या म्हाताऱ्याला लागल्यावाचून राहिली नाही. "वा, बेबी", तो गाल फुगवीत म्हणाला. "काय हालहवाल आहे?" त्याच्या सुरकुतलेल्या चेहऱ्यावर त्याने गाल फुगवल्यामुळे आणखीनच सुरकुत्या उभ्या राहिल्या.

बिली खालच्या आवाजात म्हणाला, "परवा माझी सामानाची पेटी नाहीशी झाल्याची व नंतर दुसरीकडेच सापडल्याची भानगड तुम्ही ऐकलीत ना?"

"होय." तो म्हातारा म्हणाला.

"माझं सामान नि वस्तू अशाच नेहमी नाहीशा होतात आणि मग कुठे अडगळीत सापडतात. मी तर त्या नीट जागी ठेवलेल्या मला आठवतात. हे होते कसे, मला कळतच नाही." तो म्हणाला.

"अरे, त्यात काय कळायचंय, बेबी?' तो म्हातारा लास्कर डोळे मिचकावीत म्हणाला. "मी इथे बसून सांगतो काय होतं ते. तुझ्या वस्तूंना काही भुताटकी होत नाही. हे बाबटेवाल्यांचे, क्लॅगार्टचे, काम आहे बघ."

"कुणाचं? क्लॅगाटचं, निशाणवाल्यांचा मुख्य?"

"होय, होय. तोच."

"छे! काहीतरीच!" बिली म्हणाला. "क्लॅगार्ट माझ्याबरोबर किती चांगला वागतो. येता-जाताना कधीही तो मला टाळत नाही आणि हसल्यावाचून पुढेही जात नाही."

"तेच तर मी म्हणतोय," म्हातारा लास्कर बोलला. "तोंडावर गोड आणि म्हणतात ना, तोंडाने हरी आणि काखेत सुरी. तो मनातून जळत असतो तुझ्यावर, बेबी!'

८

त्या म्हाताऱ्या लास्करने सांगितलेली चमत्कारिक गोष्ट खोटी वाटावी, अशी एक गोष्ट दुसऱ्याच दिवशी घडून आली. त्या दिवशी वारा भरघोस सुटला होता. 'इन्डॉमिटेबल'ची तिहेरी शिडे वाऱ्याने फुगली होती आणि ते सपासप पाणी कापीत जोराने पळत होते. कापल्या जाणाऱ्या पाण्यामुळे दोहीकडे डफळ्या (छोट्या लाटा) सारख्या उठत होत्या व 'इन्डॉमिटेबल' दोन्ही कुशींवर झोकांड्या खात डुलत होते. जहाजाच्या वरच्या आणि खालच्या मजल्यावरही सरळ उभे राहणे कुणाला शक्य नव्हते. खालच्या मजल्यावर खलाश्यांच्या जेवणाच्या खोलीत खलाशी व अधिकारी मंडळी टेबलावर जेवण घेत होती. पण त्यांना धडपणे जेवणेही शक्य होत नव्हते. बिलीने पेजेचे भांडे उचलले आणि तो आपल्या पेल्यात ओतून घेण्याचा यत्न करीत होता, तोच जहाजाने झुकांडी खाल्ली आणि बिलीच्या हातातील पेजेचे भांडे खाली पडले. सगळी पेज तक्तपोशीवर उपडी झाली आणि तिचा एक ओघळ वाहात दाराबाहेर आला.

निशाणवाला क्लॅगार्ट त्याच वेळी दाराजवळून पलीकडे जात होता. हातातील निशाणाचा छोटा दांडा गरगर फिरवीत तो शीळ घालीत येत होता. खाण्याच्या खोलीच्या दारात तो आला, त्याच वेळी बिलीने सांडलेल्या पेजेचा ओघळ खाली पाघळत आला. क्लॅगार्टचा पाय त्यावर पडून तो घसरणारच होता, पण थोडक्यात बचावला. ओघळ

वाहत बाहेर येईपर्यंत एवढी सगळी पेज कुणी सांडली म्हणून त्याने सहज आत डोकावून पाहिले. पाहतो तो बिलीच्या हातात पेजेचे पातेले. तो बिलीला उद्देशून काहीतरी रागाने बोलणार होता; पण त्याने मन आवरले. हातातील दंडुक्याने त्याने बिलीच्या खांद्याला हळूच स्पर्श केला आणि तो हसत म्हणाला, "पेजेचा ओघळ पण सांडणाऱ्याप्रमाणेच नखरेदार वाहत आला आहे."

त्याच्या या उद्गाराबरोबर सगळे जण हसू लागले. बिलीलाही हसू आल्यावाचून राहिले नाही. क्लॅगार्टने आपल्याला नखरेदार म्हणावे, याचा त्याला आनंद वाटला. तो म्हणाला, "आता सांगा पाहू, कोण म्हणतो क्लॅगार्ट मला पाण्यात पाहतो म्हणून."

बिलीच्या समोर बसलेला डोनाल्ड म्हणाला, "पण तो तुला पाण्यात पाहतो, असे कोणी कधी म्हटले?"

बिलीचा चेहरा गोरामोरा झाला. म्हातारा लास्कर तसे सांगतो असे म्हणण्याची काही त्याला हिंमत झाली नाही. तो वरमला व गप्प राहिला. क्लॅगार्ट मात्र काहीच झाले नाही, अशा आविर्भावाने पुढे चालू लागला. त्याचे लक्ष मात्र मागे होते. समोरून येणाऱ्या पडघमवाल्या पोऱ्याला त्याने पाहिलेच नाही आणि ते दोघे जण एकमेकांवर आदळले. क्लॅगार्ट रागाने ओरडला, "अरे, तू चाललायस कुठे. जरा समोर बघून तर चाल."

बिलीवरचा मनातला राग त्याने पडघमवाल्या पोऱ्यावर काढला. तसं म्हटलं तर आजपर्यंत बिलीशी त्याचा प्रत्यक्ष असा काहीच संबंध आलेला नव्हता; पण त्याच्या मनात बिलीबद्दल अढी होती, हे मात्र खरे. काही माणसे उपजतच अशी असतात. एखाद्याबद्दल विनाकारणच ती गैरसमज करून घेतात व त्यांच्याबद्दल मनात कायमची अढी बाळगतात. निशाण खात्याचा मुख्य क्लॅगार्ट असा होता.

क्लॅगार्टची शरीरयष्टी डौलदार नसली, तरी बेडौलही नव्हती. त्याची हनुवटी वगळली तर चेहराही अगदी टाकाऊ नव्हता. आपल्या शरीरसौष्ठवातील बऱ्या गोष्टींची त्याला जाणीव होती व त्यांची तो योग्य काळजी घ्यायचा. त्याचा पोशाख तर नेहमीच अत्यंत व्यवस्थित व टापटिपीचा असायचा. कपड्यांवर कुठे सुरकुती नाही, की कुठे अंमळसा डागही नाही. त्याचे कपडे धुतलेले नि कायम स्वच्छ असायचे.

याउलट बिलीची शरीरयष्टी डौलदार होती. चार जणांत तो उठून दिसायचा. त्याच्या चेहऱ्यावर शिक्षणाची झलक दिसून येत नसली, तरी तारुण्याची झळाळी त्यावर चांगलीच झळकत असे. मनाने उमदा व स्वभावाने हसरा बिली, क्लॅगार्टच्या पार विरुद्ध दिसायचा. बिलीच्या रगेल डौलदारपणामुळेच सगळ्यांच्या नजरा त्याच्यावर खिळत आणि त्यामुळेच हेवा वाटून क्लॅगार्ट त्याला नखरेबाज म्हणे. आणि त्यामुळेच त्याने बिलीबद्दल मनात अढी धरली होती.

बिलीच्या हातून सांडलेल्या पेजेच्या प्रकरणामुळे त्याच्या मनातील ती तेढ वाढीसच लागली. बिलीने मुद्दामच पेज सांडली, अशी त्याच्या मनाची समजूत झाली. आणि एका चुगलखोर तांडेलाने कान फुंकून त्यात भर घातली. हा टिंडेल जहाजाच्या खालच्या कोठीत काम करायचा. त्याचा उंदरासारखा आवाज पिचका होता, म्हणून सगळे जण त्याला पिचक्या म्हणत. पिचक्याच्या सांगण्यावरून क्लॅगार्टची खात्रीच पटली. बिलीने आपणास पाडण्यासाठीच वाटेत पेज सांडून दिली, हा त्याचा पक्का ग्रह झाला.

त्यानंतर लवकरच आणखी एक अशी चमत्कारिक गोष्ट घडून आली की बिली तीमुळे अगदी गोंधळून गेल्यासारखा झाला. ती घटना रात्रीची घडली. हवेत त्या दिवशी चांगलाच उबारा होता. घोंघावणाऱ्या लाटांबरोबर हवेचा उबारा अंगावर यायचा व जीव गुदमरायचा. बिलीची त्या दिवशी रात्रपाळी होती. बिली वरच्या तक्तपोशीवर बसला होता. अवजाराच्या तुळवटीची छाया तक्तपोशीवर पसरली होती. डोलकाठी व कलमी यांच्या मधल्या जागेत बऱ्याचशा ढिमऱ्या* रचून ठेवलेल्या होत्या. संकटकाळी उपयोगास यावे म्हणून ठेवलेले बारकसही (मोठी होडी) तिथेच होते. ढिमऱ्या आणि बारकस यांमुळे त्या ठिकाणी आडोसा चांगलाच तयार झाला होता आणि काम चुकवून डुलक्या काढणाऱ्या खलाश्यांना ती जागा अगदी सोयीची बनून गेली होती. अवजाराच्या तुळवटीच्या टोकाजवळ बिली बसला होता. रात्रपाळीच्या वेळी तो तिथेच बसे. तेथून अवजारावर नजर ठेवणे

---

* जहाज नांगरल्यावर ते कलंडू नये म्हणून त्याच्या दोन्ही बाजूंस लावण्यात येणारे लाकडी ठोकळे व ओंडके.

आणि वारा पडल्यास चटकन उठून मातण बदलणे त्यामुळे त्याला सोयीचे पडे.

बसल्याबसल्या बिलीला डुलकी येऊ लागली. बारकसाच्या आडोशाला दुसरे तिघे-चौघे खलाशी रोजच्यासारख्या डुलक्या घेत होते. हवेतील उबटपणामुळे ते सगळेच जण सुस्तावले होते. डोळे उघडून समोर नजर टाकण्याची कुणाचीच कुवत नव्हती. डुलक्या खाणाऱ्या बिलीच्या खांद्यावर इतक्यात अचानक कुणीतरी हात ठेवला. बिली धडपडून जागा झाला. त्याच्या खांद्यावर हात ठेवणाऱ्या माणसाने चटकन त्याच्या कानाजवळ आपले तोंड नेले व तो पुटपुटला, 'बिली, नाळेजवळच्या खोलीत ये. तिथे मी तुला येऊन भेटतो. तुझ्याबद्दल काही घाटत आहे.' बिलीच्या कानात असे अस्पष्टसे पुटपुटून ती आकृती अदृश्य झाली.

बिली जरासा बिचकलाच. भोवतालच्या अंधारामुळे ती व्यक्ती कोण होती, हे तो ओळखू शकला नाही. पण त्यामुळे भांबावून तो उठलाही नाही. मात्र त्या प्रकारामुळे त्याच्या डोळयांवरची झोपेची झापड मात्र उडाली.

त्याने आळोखेपिळोखे दिले व आळसावलेल्या मनाने तो तसाच नाळेजवळच्या गॅलरीकडील खोलीत जाऊ लागला. गॅलरीतील या खोल्यांना जहाजाच्या बाहेरच्या अंगाने दिसण्यात न येणाऱ्या अशा खिडक्या किंवा गवाक्षे बसविण्यात आली होती. आणि खुद्द गॅलरीचा भागही जहाजाच्या बाहेरच्या अंगास, दर्यावर लटकत राहील, असा बनवण्यात आला होता. गॅलरीतील या खोल्या इतक्या अंधेऱ्या होत्या की, भर दिवसासुद्धा चांगल्याचांगल्या धीट खलाश्यांना तिथे जाण्याची हिंमत होत नसे.

बिली अर्धवट झोपेत, अर्धवट जागेपणी त्या खोलीत गेला न गेला, तोच एक आकृती त्याचे मागोमाग खोलीत शिरली. बाहेर आकाशात अजून चांद वर आला नव्हता. सभोवार दर्यावर धुक्याचा दाट पडदा पसरला होता. त्यामुळे चांदणेही धूसर झाले होते. अगोदरच अंधार असलेल्या गॅलरीतील त्या वळचणीच्या खोलीत त्यामुळे काळोख अधिकच जाणवत होता. अंधारात बिलीने त्या नवख्या माणसाचा चेहरा ओळखला नाही; पण त्याच्या शरीराची ठेवण व उंची त्याला

ओळखीची वाटली. तो नाळेवरचा सुकाणू खात्यातील खलाश्यांपैकी आहे, हे त्याने चटकन ओळखले.

आत आलेल्या त्या आकृतीने बिलीला ऐकू येईल या बेताने हळूच म्हटले, "बिली, तू घाबरलास, खरे ना?" तो जरा थांबला व पुन्हा बोलला, "बिली, तुला परवा वेठीस लावलं होतं ना, तुझं काम नसतानासुद्धा? मलासुद्धा वेठीस लावण्यात आलं होतं. तुला-मलाच का? असे कितीतरी जण आहेत या जहाजावर. बिली, याचं उट्टं काढण्याच्या कामी मदत करायला तू तयार आहेस का?"

बिलीच्या डोळ्यांवरची झोप पार उडाली. त्याने जरा जोराने विचारले, "तुझं म्हणणं तरी काय?"

त्या अनोळखी आकृतीने ओठावर बोट ठेवून खुणावले, 'हळू, हळू.' त्याने खिशांत हात घातला व दोन चकचकीत गोल नाणी बाहेर काढली. 'ही बघ, ही तुझी आहेत असे समज. फक्त आमच्या बेतास तू साहाय्य कर म्हणजे झाले.'

आता मात्र बिली चिडला. त्याचा आवाज चढला. पण आवाज चढताच तो नेहमीप्रमाणे पिचला व तोतरला. "चल, चालता हो इथून. आपल्या कामाला लाग." तो खेकसला.

त्याला नाण्यांची लालूच दाखवणारा तो दुसरा खलाशी त्याबरोबर गांगरलाच. काय बोलावे ते त्याला क्षणभर कळेचना. बिली तेवढ्यात पुन्हा गुरगुरला, "जातोस की नाही? की देऊ ढकलून कठड्यावरून?" बिली बोलल्याप्रमाणे करायला मुळीच कमी करणार नाही, हे त्या खलाश्याने ओळखले व तो आला तसाच हलक्या पावलांनी खोलीबाहेर पडला नि बोलबोलता नाहीसा झाला. अवजाराच्या तुळवटीच्या सावलीआडून तो केव्हा निघून गेला, ते बिलीला दिसलेसुद्धा नाही.

बिली त्याच्यामागून खोलीबाहेर येतो तो बोडदावरील खलाश्यांपैकी एक जण ओरडून म्हणाला, "काय भानगड आहे तिथे?" खोलीबाहेर पडल्यावर त्याने बिलीला ओळखले नि तो म्हणाला, "अरे, तू काय तो बिली? काय झालं रे? काहीतरी झालं असलं पाहिजे. कारण तुझा आवाज फारच चढला होता आणि पिचलाही तो शेवटी."

बिलीने स्वतःला सावरले. तो म्हणाला, "तो वऱ्याकडील एक तांडेल– या इथे आपल्या भागात शिरला होता. मी त्याला इथून

निघून जाण्यास बजावले. लबाड लेकाचा."

"असं होय?" तो खलाशी म्हणाला, "खूप माजलेत हे सुकाणूवाले. लेकाच्याचं लगीनच लावून दिलं पाहिजे होतं."

नाळेवर उडालेल्या गडबडीमुळे डुलक्या खात असलेल्या तेथील सगळ्या खलाश्यांच्या डोळ्यांवरील झापड पार उडाली. ते सगळे जण बिलीभोवती गोळा झाले. बिलीने सांगितलेले गडबडीचे कारण त्यांना बिनतोड पटलेही. कारण नाळेवरील व बोडदावर काम करणारे सगळेच खलाशी सुकाणूवाल्यांचा राग करीत. त्यांच्या मते हे सुकाणूवाले खरे खलाशीच नव्हते. 'लेकाच्यांना कधी डोलकाठीवर चढण्याचा प्रसंग तर येऊ दे.' ते त्यांच्याबद्दल बोलताना कुत्सितपणे पुटपुटत. त्यांना आपल्या हद्दीत येऊ देण्यास ते नाखूश असत.

१

त्या गोष्टीची बिलीला मात्र मोठी चुटपुट लागून राहिली. त्याला तो एक नवाच अनुभव होता. कसल्यातरी चोरट्या व्यवहारात आपणास सामील करून घेण्यासाठी तो खलाशी आला होता, हे त्याने मनात जाणले. त्यापूर्वी बिलीचे व त्याचे कधी बोलणेचालणेही झाले नव्हते. बिली जहाजाच्या पुढच्या टोकावर काम करी, तर तो मागच्या टोकाजवळ. जमीन-अस्मानाचेच अंतर म्हणा ना!

बिली त्या गोष्टीचा स्वतःशीच विचार करू लागला. 'काय बरं असेल हे प्रकरण? आणि त्याने दाखवलेली ती दोन नाणी, खरंच का त्या मोहरा असतील? कोटाची चकचकीत घासलेली बटणं कशावरून नसतील ती?' बिलीला काही तर्कच करता येईना. नाणी दाखवण्यात त्याचा विचार काहीतरी दुष्ट असावा, एवढे मात्र बिलीच्या मनाने पक्के घेतले. त्या खलाश्याशी पुढे कसलाही संबंध ठेवता कामा नये, असे त्याच्या मनात आले. पण त्या गोष्टीबद्दल त्याला चुटपुट मात्र लागून राहिली. आणि दिवसा त्याला ओळखता आले तर पाहावे, असे बिलीच्या मनाने घेतले. त्याच्या अंगलटीवरून आपण त्याला खास ओळखू, अशी बिलीला खात्री वाटली.

आणि खरोखरच दुसऱ्या दिवशी दुपारी तो अचानक बिलीच्या नजरेस पडला. तोफांच्या तटाजवळची एक खोली खलाश्यांना धूम्रपानासाठी राखून ठेवलेली होती. अधूनमधून कंटाळा आल्यास

त्या खोलीत जाऊन धूम्रपान करावे, आळस झाडावा, असा त्यांचा नित्यक्रम असे. त्याच धूम्रपानाच्या खोलीत दुसऱ्या दिवशी बिलीने रात्रीची ती वल्ली पुन्हा पाहिली. त्याची अंगलट आणि उंची यांवरून तोच तो रात्रीचा गुप्तचर असला पाहिजे, असे त्याला वाटले. बिली थोडा आणखी पुढे गेला व त्याच्याकडे निरखून पाहू लागला. त्या खलाश्याचा चेहरा गोलसर होता. त्याच्या डाव्या कानशिलावर मोठाथोरला तीळ होता. त्याचे डोळे घारे व भुवया दाट होत्या.

बिलीची अजूनही खात्री होईना. तोच असेल का तो? अंगलट आणि उंची तर सारखीच आहे. तोफेच्या कण्याला टेकून तो उभा होता. अंगाने किंचित गुबगुबीत. दर्यावर खपणारा खलाशी क्वचितच असा असतो. 'अगदी सुकाण्या असला तरीसुद्धा तो असा गुबगुबीने ढिल्या अंगाचा असत नाही,' बिलीच्या मनात आले. 'हा असला ढिला माणूस कसला कट रचणार नि कसल्या कटात भाग घेणार? चोरटी आयात आणि व्यापार? छे! नावच नको. या माणसाला तेवढी हिंमतच होणार नाही.'

बिली आपल्याकडे निरखून पाहत आहे, हे त्या खलाश्याने केव्हाच पाहिले होते. पण त्याबद्दल नापसंती न दाखवता उलट ते किंचित हसला व धूम्रपान करणाऱ्या इतर सोबत्यांसह तो बोलण्यात चूर झाला.

त्यानंतर दुसऱ्या की तिसऱ्या दिवशी तोफखान्याजवळच्या तक्तपोशीवर सायंकाळी रपेट करताना तो पुन्हा बिलीच्या जवळून चालत गेला आणि जणू काही झालेलेच नाही अशा थाटात त्याने बिलीला सलामही ठोकला. बिली किंचित गोंधळला. काय करावे ते न सुचल्यामुळे जणूकाही त्याने केलेला सलाम आपण पाहिलाच नाही, असे दाखवीत बिली मागे वळला.

बिली त्या प्रकाराने अगदी गांगरूनच गेला. त्या खलाश्याच्या सलगीचा अर्थ त्याला समजेना. आपणास काळोख्या खोलीत बोलावणारा तोच तो की काय, हेही त्याच्या लक्षात येईना. खरे म्हटले, तर त्याने आपल्या वरिष्ठ अधिकाऱ्यांस त्या प्रकाराची वर्दी द्यायला हवी होती. पण ते त्याच्या लक्षातच आले नाही. ते गुपित त्याने कुणास कळू दिले नाही, सांगितले नाही. पण ते गुपितही त्याला फार दिवस गुप्त राखणे

शक्य झाले नाही. स्वभावानेच तो मोकळा व बडबड्या होता.

एकदा रात्री बोडदाच्या कठड्याला टेकून तो बसला होता. त्याच्या पलीकडेच म्हातारा लास्कर दोरखंडांची गुंतावळ सोडवीत बसला होता. आकाश निरभ्र होतं आणि दर्या शांत होता. इतका की, वाऱ्याच्या झुळकीमुळे पाण्यावर उठणारी छोटीशी डफळीसुद्धा कानाला जाणवल्यावाचून राहत नव्हती. कठड्याला टेकून बसलेले ते दोघे खलाशीही अगदी शांत होते. पण त्यांतील एकाच्या–बिलीच्या–मनात मात्र विचारांचं काहूर माजलेलं होतं.

आजूबाजूस चिटपाखरू नाही याची खात्री करून घेऊन बिली त्या म्हाताऱ्या लास्कराला म्हणाला, 'परवा हे असं झालं बघ.' त्याने हलक्या आवाजात त्याला सगळी हकीकत सांगितली. "हे काय असेल बरं सारं प्रकरण?" तो म्हणाला.

म्हातारा लास्कर हातातील दोरखंड खाली ठेवून कठड्याला रेलून बसला. थोडा वेळ त्याने विचार केला आणि मग तो एकदम बोलला, "बिली, परवा मी तुला बोललो नाही का?"

"काय बोललास?" बिलीने म्हटले.

"क्लॅगार्टने तुझ्याबद्दल मनात अढी धरली आहे म्हणून."

"पण, क्लॅगार्ट नि तो सुकाणूवाला खलाशी यांचा काय संबंध?" बिली म्हणाला.

"अरे, कसला सुकाणूवाला? तो क्लॅगार्टचा हस्तक असावा, हस्तक." एखादे मोठे कोडे अगर गूढ उकलल्यासारखा आनंद होऊन म्हाताऱ्या लास्करने टाळी वाजवली व तो पुन्हा जोराने म्हणाला, "क्लॅगार्टचा हस्तकच असला पाहिजे तो."

बिली चूप बसला. म्हाताऱ्या लास्कराच्या शब्दांवर भरवसा ठेवावा की नाही, याचा त्याला विचार पडला. 'काय सांगावं,' त्याला वाटलं, 'लास्कराने अनेक पावसाळे दर्यावर काढले आहेत. माणसांची पारख त्याला जशी आहे, तशी ती आपणास कुठे आहे? कदाचित त्याच्या बोलण्यात तथ्य कशावरून नसेल?'

१०

त्याला आलेल्या त्या विचित्र अनुभवांच्या मागे निशाण खात्याचा मुख्य क्लॅगार्ट याचाच हात असावा, हे म्हाताऱ्या लास्करने वारंवार बजावून सांगितले, तरी बिलीला ते खरे वाटेना. 'क्लॅगार्टच कशाला हवाय? असली टवाळकी कोणीही करू शकेल की!' तो मनात म्हणे. आणि क्लॅगार्ट तर त्याच्याशी इतक्या चांगुलपणाने वागे.

बिली मनाने अगदी सरळ होता. वयाबरोबर त्याच्या बुद्धीची वाढ होत होती हे खरे; पण स्वभावाने मात्र तो अगदी बालकासारखा निरागस राहिला होता. बारा बंदरांचे पाणी प्यालेल्या इतर खलाश्यांच्या छक्केपंजांचं वारं त्याला अजून लागलं नव्हतं. अंधाऱ्या खोलीतील गुप्त भेटीचा संबंध क्लॅगार्टशी जोडायला त्यामुळेच तो मुळीच तयार नव्हता.

अलीकडे त्याच्या वस्तू हरवण्याचे प्रमाणही खूपच कमी झाले होते. त्याचे कपडे व कपड्यांची पेटी मागच्यासारखी कधीच अस्ताव्यस्त झाली नाही. आणि उलट, क्लॅगार्ट त्याच्याशी अधिकाधिकच चांगुलपणाने वागत होता. जेवणाच्या खोलीतील पेजप्रकरण क्लॅगार्ट कधीच विसरून गेल्यासारखे झाले.

मारगिरीच्या तटबंदीजवळ सायंकाळच्या वेळी रपेट करताना बिली आणि क्लॅगार्ट यांची कधीकधी अचानक गाठ पडे. इतरांना वगळून क्लॅगार्ट बहुतेक वेळा बिलीकडे पाहून हसे. पण कधीकधी बिलीकडे

बघताच त्याच्या डोळ्यांत पाणी तरारे. तो वळून दुसरीकडे पाहू लागे. आणि कधी बिली समोर येताच त्याच्या डोळ्यांत एकाएकी रागाची झाक दिसून येई. कधी बिलीला वाटे की, क्लॅगार्ट आपल्याकडे तुच्छतेने, तिरस्काराने बघतो आहे. क्लॅगार्ट अशा तऱ्हेने आपल्याकडे नेहमी का पाहतो, याचे बिलीला आश्चर्य वाटे. पण अखेर त्याने मनाशी ठरवले की, तो क्लॅगार्टचा स्वभावधर्मच असावा. तसे काही त्याच्या मनात आपणाबद्दल भलेबुरे नसावे.

बिली जर खरोखर चाणाक्ष असता, तर क्लॅगार्टशिवाय आणखी दोघे जण येताजाता आपल्याकडे तशाच संशयी नजरेने पाहत असल्याचे त्याच्या लक्षात आले असते. हे दोघे जण म्हणजे खालच्या सामानाच्या कोठीचा मुख्य तांडेल व हत्यारखान्याचा मुख्य होत. कामाच्या निमित्ताने या दोघांशी क्वचितच कधी संबंध येत असे. बिलीला त्यांच्याशी बोलण्याचाही कधी प्रसंग येत नसे आणि तरीही ते दोघे जण बिलीवर जणू नज़र ठेवून वावरत असल्यासारखे दिसत. त्या दोघांच्या जोडीला जहाजावरील डॉक्टरांचा मदतनीसही अधूनमधून असे. त्या तिघांचेही क्लॅगार्टशी चांगले सूत असावे. जेवणाच्या वेळी त्या चौकडीची बातचीत चाले. आणि ते तिघे जण क्लॅगार्टच्या कानाशी लागलेले नेहमीच दिसून येत.

पण वर उल्लेखिलेली ही तीन-चार माणसे सोडून दिली, तर जहाजावरचे बाकी सर्व खलाशी बिलीला मनापासून चाहत असत. बिली त्यांचा 'लाल'च* बनून गेला होता. फुरसतीच्या वेळी ते बिलीभोवती जमा होत. आणि बंदरात 'ओखा' होण्याचा अवकाश, की ते त्याच्याभोवती कडे करून गोदीत घुटमळत.

---

* खलाश्यांच्या भाषेत 'लाल' म्हणजे आवडता, प्रियकर.

११

बोडदाच्या* सज्ज्यावरील खोलीत त्या अनोळखी खलाश्याच्या गुप्त भेटीनंतर, बरेच दिवस तो पुन्हा बिलीच्या वाटेस गेला नाही. बिलीने दिलेला पहिला तडाखाच त्याला सज्जड वाटला असावा.

शत्रूच्या जहाजांच्या टेहळणीवर व पाठलागावर आता 'इन्डॉमिटेबल'ची नेमणूक करण्यात आली होती. या कामगिरीच्या दृष्टीने 'इन्डॉमिटेबल' हे जरा अवजडच होते. पण त्या वेळी ब्रिटिश आरमारी काफिल्यात अधिक चपळ व सुटसुटीत आकारांची 'बारकसें'** कमी होती. नव्हतीच म्हणा ना. पण लहान व जलदगती जहाजांचा अभाव हेच काही 'इन्डॉमिटेबल'ची त्या कामगिरीवर रवानगी करण्याचे एकमेव कारण नव्हते. 'इन्डॉमिटेबल'च्या नेमणुकीमागे दुसरेही एक कारण होते आणि ते म्हणजे तिच्यावरील मुख्य सेनानी कॅप्टन वेर हेच होत. कॅप्टन वेर यांचा अनुभव व कामगिरी एवढी भरीव होती की, आरमारी खाते त्यांच्याकडे कुठलेही नि कसलेही अवघड, जोखमीचे व जबाबदारीचे काम बिनदिक्कत सोपवीत असे. कॅप्टन वेर ती कामगिरी पार पाडणारच, अशी त्यांची खात्री असे.

आरमाराच्या मुख्य काफिल्यापासून 'इन्डॉमिटेबल' एकदा खूपच दूरवर गेले होते. दुपारचा वेळ होता. वारा पडला होता. नाळेवरील

---

* बोडद म्हणजे जहाजाच्या नाळेजवळचा मोकळा भाग.

** अरुंद व निमुळत्या आकाराची छोटी जहाजे 'फ्रिगेट्स'.

टेहळणीच्या बुरुजावरून अधूनमधून टेहळक्या दर्यावर दूरवर नजर टाकीत असताना त्याला अचानक दूरवर एका जहाजाचे पांढरेधोप शीड फडफडताना दिसून आले. नक्कीच ते शत्रूचे छोटे बारकस (फ्रिगेट) असावे. त्या बारकसावरील टेहेळक्यानेही दुर्बिणीतून 'इन्डॉमिटेबल'ची चाहूल घेतली असावी. 'इन्डॉमिटेबल'सारख्या अजस्त्र कोठ्या-पुढे (मोठे जहाज, युद्धनौका) आपली डाळ शिजणार नाही, हे त्या छोट्या जहाजाने हेरले आणि त्यांनी आपली दुपाकी अवजारे एकावर एक सोडून 'इन्डॉमिटेबल'च्या तडाख्यातून निसटण्याचा प्रयत्न सुरू केला. शत्रूचे ते जहाज निसटतेसे पाहून 'इन्डॉमिटेबल'ने आपली मातण (शिडाची दिशा) बदलली आणि त्या पळपुट्या जहाजाचा पाठलाग सुरू केला. तासभर दोन्ही जहाजांची पळापळी झाली; पण 'इन्डॉमिटेबल'चा अवजडपणा व वजन पाठलागाच्या कामी आड येऊ लागले. शत्रूच्या त्या चपळ बारकसाचा त्याच्याच तडफेने पाठलाग करणे त्या भारी जहाजाला जमेना. शिवाय शत्रूच्या जहाजाने वाऱ्याबरोबरच, आपल्या बाहूंचाही उपयोग करण्यास सुरुवात केली होती. त्यांच्या पतिंग्यांच्या (मोठ्या आकाराची वल्ही) आघातामुळे उडणाऱ्या पाण्याचे फवारे दुरूनही धूसरपणे दिसत होते. सुमारे तासभर पाठलाग केल्यानंतर शत्रूचे ते जहाज हाती लागलेसे वाटेना. वाऱ्यानेही आता दिशा बदलली आणि त्याचा वेग बराच खाली आला. पाण्याच्या धूसरपणाखाली ते बारकस दिसेनासे होऊन अखेर हातातून निसटले.

पाठलागातील आवेश व हिरिरी आता मावळली. सगळे खलाशी निरुत्साहाने आपापल्या जागी परतले. कॅप्टन वेर वरच्या मजल्यावरील दर्याकडच्या बाजूस कठड्यास टेकून उभे होते. ते तेथून उतरून खाली कधी येतात याची वाट पाहत क्लॅगार्ट मधल्या अवजारा (शिडा) खाली उभा होता. डोक्यावरील टोपी काढून त्याने हाती घेतली होती.

जहाजावरील ज्या कुणाला काही तक्रार करायची असेल अगर कुठल्या विशेष गोष्टीची वर्दी द्यायची असेल त्याने शिडाखाली डोक्यावरील टोपी काढून उभं राहावं, अशी त्या काळी एक रीत होती. पण त्या प्रघाताचा फायदा तसाच काही महत्त्वाचा प्रसंग असल्याशिवाय कुणी सहसा घेत नसे. आणि त्यामुळेच कॅप्टन वेर खाली उतरून येऊ लागले तेव्हा निशाण खात्याचा प्रमुख क्लॅगार्ट तिथे शिडाखाली उभा

असलेला पाहून ते चकितच झाले. एखादा साधा खलाशी तिथे गाऱ्हाणे घेऊन उभा राहिलेला त्यांना दिसता, तर त्यात त्यांना विशेष काही वाटले नसते. पण क्लॅगार्टसारख्या एका छोट्या का होईना; पण अधिकाऱ्याने तिथे उभे राहून आपले गाऱ्हाणे मांडावे, हे त्यांना बरे वाटले नाही. क्लॅगार्ट नुकताच 'इन्डॉमिटेबल'वर बदलून आलेला होता, हे सेनानी वेर यांना माहीत होते. त्याच्या अगोदरचा अधिकारी आजारी पडून रजेवर गेल्यामुळे क्लॅगार्टची त्या जागी नवीनच नेमणूक झालेली आहे, हेही त्यांच्या लक्षात होते आणि म्हणूनच या नव्या अधिकाऱ्याची कसली तक्रार असावी, याबद्दल कॅप्टन वेरना जरा आश्चर्य वाटले. पण आपल्या चेहऱ्यावर कसल्याही तऱ्हेचा भाव व्यक्त न करता कॅप्टन वेर म्हणाले, "का, काय झाले निशाणसाब?"

एकादी दुःखद गोष्ट सांगण्याचा आपणावर प्रसंग यावा, पण ती सांगितल्या- वाचून तर गत्यंतर नसावे, असा आविर्भाव करीत क्लॅगार्टने बोलण्यास सुरुवात केली. तो म्हणाला, "ही गोष्ट आपल्या कानांवर घालण्याचा कटू प्रसंग मजवर यावा ही दुःखाचीच गोष्ट आहे. पण सांगितले नाही तर मी माझे कर्तव्य केले नाही, असे होईल. कॅप्टनसाहेब, आताच्या या पाठलागाचे वेळी– का? शत्रूचे ते जहाज जर आपल्या आटोक्यात येते तर आपला त्याच्याशी मुकाबलासुद्धा झाला असता– आपल्या युद्धनौकेवर मी अशा काही गोष्टी पाहिल्या की, त्यामुळे आपल्या खलाश्यांच्या बाबतीत माझ्या मनात संशय उत्पन्न झाला आहे. आपल्या या जहाजावर एक घातक फितुरी प्रकृतीचा खलाशी वावरत असून, गेल्या वेळच्या बंडात भाग घेतलेले आणि या ना त्या सबबीखाली आपल्या जहाजावर भरती झालेले अनेक खलाशी त्याने आपल्या बाजूस वळवून घेतले असून, सर्व खलाश्यांमध्ये हळूहळू बेदिली माजविण्याचा त्याचा विचार असावा."

क्लॅगार्टच्या बोलण्याचा उद्देश काय असावा, हे नीटसे लक्षात न येऊन कॅप्टन वेर काहीसे रागाने व काहीशा अधीरतेने म्हणाले, "तुम्हाला काय सांगायचे आहे, ते तुम्ही स्पष्ट का सांगत नाही? त्यात आडपडदे कशाला?"

क्लॅगार्ट अगदी स्तब्ध राहिला. मारगिरीच्या तटाजवळ त्याने काही खलाश्यांच्या ज्या हालचाली पाहिल्या होत्या, त्यावरून त्याच्या मनात

संशयाने घर केले होते. आणि आपणास आलेला संशय वरिष्ठांजवळ व्यक्त करणे त्याला आपले कर्तव्य वाटत होते. तसा संशय व्यक्त करण्यात आपण स्वतःवर जबाबदारी ओढवून घेत आहोत आणि इतरांवर संकट आणीत आहोत, हे त्याला ठाऊक होते; पण आपणास आलेला संशय वरिष्ठांच्या कानी घालणे त्याला भागच होते.

कॅप्टन वेर यांनी स्पष्टपणे काय ते सांगण्यास बजावल्यामुळे त्याला बोलणे भागच होते. तो म्हणाला, "देवाच्या दयेने, 'इन्डॉमिटेबल'वर तसला प्रसंग न येवो."

कॅप्टन वेरना आता मात्र राहवले नाही. ते रागानेच म्हणाले, "देवाच्या दयेने जे काही व्हायचे ते होईल. त्याची काळजी तुम्हाला नको. फक्त तुमची काय तक्रार आहे ती सांगा." नोर येथील बंडाव्यामुळे त्या जहाजाच्या कप्तानावर आलेल्या प्रसंगाची आठवण सूचित करण्याचा क्लॅगार्टचा रोख त्यांच्या लक्षात आल्यावाचून राहिला नव्हता. त्यांना वाटले, आपणास घाबरवून सोडण्याच्या विचाराने क्लॅगार्ट तसे काहीतरी उगीचच सांगत असावा. त्यांना राग आला आणि अपमानही वाटला.

कॅप्टन वेरना खलाश्यांची बेदिली, त्यांच्यातील असंतोष व त्यांची गुप्त खलबते यांचा अनुभव नव्हता, असे नाही. पण असल्या प्रकारांनी बुजून जाण्या-इतके ते कमकुवतही नव्हते. अशा अनेक भानगडीच्या वेळी त्यांनी जरूर ती सावधगिरी व जरब दाखविण्यातही कमी केले नव्हते आणि अशा अनेक खलाश्यांच्या चौकशीत आणि लष्करी खटल्यांत त्यांनी न्यायदानाचे काम केले होते.

त्यांच्या आवाजात आता किंचित करडेपणा आलेला दिसला. ते म्हणाले, "क्लॅगार्ट, तुम्ही म्हणता की, इतरांच्या मनात बेदिली उत्पन्न करणारा एक विशिष्ट खलाशी या गलबतावर आहे. होय ना?"

"होय."

"असे संशयास्पद चाळे करणारा खलाशी कोण आहे? तुम्ही नाव का फोडत नाही त्याचं?" कॅप्टन क्लॅगार्टला म्हणाले. "नाव सांगायला काहीच हरकत नाही."

क्लॅगार्ट म्हणाला, "माझा संशय बिली बडवर आहे. नाळेवर काम करणारा विल्यम बड."

"विल्यम बड?" कॅप्टन वेर चकित होऊन बोलले. आपल्या

चेहऱ्यावरील आश्चर्य लपवण्याचा त्यांनी मुळीच प्रयत्न केला नाही. "काय म्हणता? विल्यम बड? थोड्या दिवसांपूर्वी, लेफ्टनंट रॅटक्लिफ यांनी भरती करून घेतलेला नवा खलाशी, सगळ्यांना आवडतो तो, सुरेख छोकरा म्हणतात, तोच की नाही?"

"होय. तोच तो, कॅप्टनसाहेब." क्लॅगार्ट उपरोधिकपणे म्हणाला, "दिसायला छकडा पण मनातून वाकडा. दिसायला सुरेख असल्यामुळे तो सगळ्यांचा आवडता झालाय, कॅप्टनसाहेब. आणि त्याच्या शब्दासाठी हे खलाशी आपली गर्दनही द्यायला तयार होतील; पण कॅप्टन, लेफ्टनंट रॅटक्लिफ यांनी त्याच्याबद्दल काही जास्त माहिती आपणास कधी सांगितली आहे का? तो पूर्वी ज्या मालवाहू जहाजावर काम करीत होता, त्या जहाजावरील खलाश्यांना फितवल्याबद्दल त्याला अटक करण्यात आली होती आणि धरून नेत असता त्या जहाजाजवळच्या नांगरलेल्या एका पडावात उडी टाकून त्याने निसटण्याचा प्रयत्न केला होता, हे कुणी आपल्या कानावर घातलेले दिसत नाही. त्या शिक्षेबद्दल तो अजूनही मनातून जळफळत असतो."

कॅप्टन वेर चकित झाले. बिली बड त्याच्या अनेक गुणांमुळे त्यांच्या मनात भरला होता. इतकेच नव्हे, तर असा चलाख आणि रुबाबदार खलाशी चटकन निवडून घेतल्याबद्दल त्यांनी अनेकदा लेफ्टनंट रॅटक्लिफ यांच्याजवळ समाधान व्यक्त केले होते.

'राइट्स ऑफ मॅन' हे मालवाहू जहाज बिलीने का सोडले, याबद्दलची हकिगत त्यांच्या कानी आली होती. पण ती निराळी होती. त्यामुळे बिलीबद्दल मन कलुषित होण्याऐवजी त्याच्या बाणेदारपणाबद्दल त्यांना उलट कुतूहलच वाटत होते. 'इन्डॉमिटेबल'वर तो भरती झाल्यापासूनची त्याची चालचलणूक ते पाहत आले होते आणि त्याची हुशारी पाहून त्यांनी त्याला मुख्य शीडकराची जागा देण्याचे मनाशी ठरवले होते. सध्याचा शीडकर म्हातारा झालेला आहे. चढ-उताराचे काम त्याला आता झेपत नाही. आणि त्यांच्या अवजारांचा अजस्त्र पसारा त्याच्या हातांना आवरत नाही. त्या जागी बिलीसारखा जवान खलाशी जास्त उपयोगी होईल, असं त्यांना वाटत होतं. बिली म्हणजे थोडक्या पगारात खूप काम करणारा एक जवान सापडल्यासारखे त्यांना वाटत होते.

कॅप्टन वेर किंचित स्तब्ध राहिले. क्लॅगार्टने बिलीवर केलेले आरोप ऐकून, त्यांच्या मनात वरील विचार येऊन गेले. क्लॅगार्टने बोलून दाखवलेल्या शंका खऱ्या असतील का? की काही आकसामुळे तो बिलीबद्दल खोटेनाटे सांगत आहे, त्यांना कळेना. क्लॅगार्टच्या शब्दांवर भरवसा ठेवण्यास त्यांचे मन धजेना. पण एकदम धुडकावून लावणेही त्यांना बरे वाटेना. ते करड्या आवाजात म्हणाले, "मिस्टर क्लॅगार्ट, छोटे का होईनात, पण तुम्ही एक अधिकारी आहात. सांगोवांगीच्या गोष्टी मला सांगू नका. बिलीच्या विरुद्ध तुम्ही केलेले आरोप सिद्ध होतील, अशा एक-दोनच गोष्टी सांगा ना." ते आपल्या जागेवरून किंचित पुढे सरकून, क्लॅगार्टच्या जवळ येऊन उभे राहिले. "क्लॅगार्टसाहेब", ते किंचित रुद्ध आवाजाने म्हणाले. "तुम्ही काय सांगता आहात याचा विचार केलात का? याबाबत तुम्ही खोटे ठरलात, तर त्याचा परिणाम काय होईल, याची कल्पना आहे ना तुम्हाला?"

कॅप्टनसाहेबांच्या आवाजातील रुद्धपणा क्लॅगार्टने ओळखला. तो चपापला त्याबरोबर. पण स्वतःला सावरून घेत त्याने बिलीच्या विरुद्ध एकदोन गोष्टी सांगितल्या नि तो म्हणाला, "आपणास पुरावाच पाहिजे असला, तर तोही काही दूर नाही."

माणसांचं मनोगत त्यांच्या चेहऱ्यावरून ओळखण्यात कॅप्टन वेर यांचा हातखंडा होता. पण आता क्लॅगार्टच्या बाबतीत मात्र त्यांचा गोंधळ उडाला. तो खरं सांगतोय की खोटं, ते त्यांना समजेना. बोलणे अधिक वाढवावे तर ती गोष्ट षट्कर्णी झाल्यावाचून राहणार नाही, हे त्यांना माहीत होते. खलाश्यांपैकी काही जण त्या वेळी जवळपास होते हे खरे; पण कॅप्टन वेर गच्चीतून उतरून खाली मारगिरीच्या साटीवर* येत असलेले बघून ते सगळे जण दूर जाऊन अदबीने उभे राहिले होते. कॅप्टनसाहेब व क्लॅगार्ट यांचं बोलणं बराच वेळ चाललं होतं, तरी ते त्यांच्या कानी जाण्यासारखं नव्हतं. कारण कॅप्टन वेर अत्यंत हलक्या आवाजात व राग न दाखवता बोलत होते. आणि त्यामुळे क्लॅगार्टलाही आपला आवाज चढवता येणे शक्य नव्हते. शिवाय जहाजाचे पडदे वाऱ्याने फडफडत होते आणि ताणलेली

* साटी – जहाजावरील तक्तपोशी, मजला (डेक).

दोरखंडे गूं गूं करीत होती. दर्या फेसाळत होता आणि त्याच्या घोंघावण्यात त्या दोघांचा आवाज दूर उभ्या असलेल्या खलाश्यांच्या कानांवर जाण्यासारखा नव्हता. तथापि बराच वेळपर्यंत चाललेल्या त्यांच्या बोलण्यामुळे त्यांचे लक्ष मात्र तिकडे वळले गेले. विशेषतः डोलकाठीवरील आपल्या घरट्यात बसलेला खलाशी आणि डोलकाठीजवळच फाटलेली शिडं शिवत बसलेले दोघे जण यांच्या कानी मात्र ती गुणगुण गेल्यावाचून राहिली नाही.

कॅप्टन वेरनी आपला पवित्रा बदलला. ते क्लॅगार्टला म्हणाले, "निशाणसाब, बिली बडची ड्यूटी आता कुठे आहे? डोलकाठीवरील घरट्यात आता त्याची पाळी असेल ना?"

"नाही, कॅप्टनसाहेब. मागच्या कलमीवर असेल तो आता."

कॅप्टनसाहेबांनी जवळच्या एका खलाश्याला हाक मारली. "विल्की, आल्बर्टला मजकडे पाठवून दे जरा." आल्बर्ट त्यांचा पडेल ते काम करणारा खास सेवक होता. त्याच्या विश्वासूपणावर कॅप्टनसाहेबांची खास मदार असे.

आल्बर्टने सलाम ठोकताच ते म्हणाले, "बर्ट, नाळेवर काम करणारा बिली बड तुला ठाऊक आहे का? जा, त्याला सांग की, मी त्याला वरच्या मजल्यात माझ्या खोलीत बोलावलं आहे. आणि मी त्याला बोलावले आहे, हे कुणालाही कळता कामा नये बरं. येताना वर येईपर्यंत तू त्याच्या बरोबरच ये. आणि वर येताच मी माझ्या खोलीत त्याला बोलावले आहे म्हणून सांग. तोवर नको. जा पळ."

"आणि निशाणसाब, तुम्हीही जा आता. हे दोघे जण माझ्या खोलीत येऊ लागले, की तुम्हीही त्यांच्या मागोमाग या. मला जरूर वाटताच मी तुम्हाला आत बोलावून घेईन. जा."

१२

कॅप्टनसाहेबांच्या खोलीत बिली आला तो अगदी निःशंकपणे. आपल्यावर असा काही प्रसंग येईल, असे त्याच्या मनातसुद्धा आले नाही. आपल्या बरोबरीने काम करणारा एक सहकारी आपणावर काही आरोप करणार असेल, याची त्याला कल्पना तरी कशी येणार? उलट, कॅप्टनसाहेबांकडे जाताना त्याच्या मनात हुरूपच वाटत होता. कॅप्टनसाहेबांची आपल्यावर चांगलीच मर्जी आहे. कदाचित लवकरच ते आपणास सुकाण्याची जागा देतील. अँ! सुकाण्याचे काम जबाबदारीचे खरे, पण किती आरामाचे. जागेवर बसून फक्त चाक फिरवायचे. कदाचित त्यासाठीच कॅप्टनसाहेबांनी आपणास आता बोलावले असेल. आणि निशाणसाहेबालाही आपल्याबद्दल ते काही विचारणार असतील.

बिली आणि त्याच्या मागोमाग क्लॅगार्ट दोघेही आत येताच कॅप्टन वेर म्हणाले, "दार लावून घ्या आणि कुणाला आत येऊ देऊ नका."

बिलीने दार ओढून घेताच ते क्लॅगार्टला म्हणाले, "आता सांगा निशाणसाब. मघा बिलीबद्दल तुम्ही मला जे सांगितलेंत, ते त्याच्या तोंडावर सांगा पाहू... पाहू तुमचा खरेखोटेपणा!" एकमेकांकडे पाहणाऱ्या त्या दोघांकडे ते बारकाईने पाहू लागले.

क्लॅगार्ट अगदी शांतपणे पावले टाकीत पुढे आला. बिलीच्या समोर उभा राहून त्याच्या डोळ्याला डोळा भिडवत तो बोलला, "हा खलाशी घरभेद्या आहे. दुसऱ्यांना फितवीत असताना याला अटक

करण्यात आली होती. याने जहाजातून उडी मारून पळून जाण्याचा प्रयत्न केला होता. आपल्या जहाजावरही इतर खलाश्यांना हा फितवत असतो.''

तो काय बोलत आहे हे प्रथम बिलीच्या लक्षातच येईना. पण अखेर क्लॅगार्ट आपल्यावर खोटा आरोप करीत आहे, हे त्याच्या लक्षात आले आणि त्याबरोबर तो रागाने बेभान झाला. त्याच्या नसानसातील रक्त वर उसळत आले आणि ते जणू एकवटल्यामुळे त्याचा सगळा चेहरा आणि गाल लाललाल झाले. काय बोलावे, ते बिलीला मुळी उमगेच ना.

कॅप्टन वेर पुन्हा म्हणाले, ''बोल बिली, तुझं काय म्हणणं आहे यावर? आपली बाजू मांडणार की नाही तू? की असाच मुकाट राहणार?'' कॅप्टनसाहेबांच्या त्या शब्दांबरोबर बिलीला एकदम दिलासा वाटला. आपणावर एकाएकी आणि उघडउघड केलेल्या त्या अन्यायी आरोपांमुळे तो चकित झाला होता. रागाने तो उत्तरादाखल काही बोलणार होता. पण रागामुळे, त्याच्या नेहमीच्या सवयीप्रमाणे, त्याच्या तोंडून शब्दच फुटेना. बोलण्यासाठी त्याने तोंड उघडले, तर तो तोतरला. त्याची जीभ अडखळली.

बिलीच्या तोतरेपणाची कॅप्टनसाहेबांना काहीच माहिती नव्हती. पण या प्रसंगी बिलीची ती अडचण त्यांनी तात्काळ ओळखली.

ते किंचित् पुढे सरकून बिलीच्या जवळ गेले आणि त्याच्या खांद्यावर हात ठेवून ते म्हणाले, ''काही घाई नाही, बेटा. शांत हो.''

आपल्या प्रेमळ पित्यानेच आपल्या खांद्यावर हात ठेवावा, तसे बिलीला वाटले. त्याच्या मनाला धीर आला खरा. पण कॅप्टनसाहेबांच्या आपुलकीचा, त्याच्या वाचेवर मात्र अधिकच परिणाम झाला. त्याची जीभ साफ लुळी पडल्यासारखी झाली. बोलण्याचा तो जो जो प्रयत्न करू लागला, तोतो त्याचे शब्द अधिकच तोतरत येऊ लागले. पण तोंडाने दगा दिला तरी त्याचे इतर अवयव शाबूत होते. आणि रागाने बेभान झालेल्या त्याच्या मनाचा कबजा त्याच्या शरीरावर राहिला नाही.

डोळ्याचे पाते लवते न लवते, तोच त्याचा उजवा हात उठला आणि त्याचा तडाखा क्लॅगार्टच्या डाव्या कानशिलावर बसला. एखादा

ओंडका उभाच्या उभा खाली कोसळावा तसा क्लॅगार्ट धाडकन् साटीवर (डेक) कोसळला. त्याने एक-दोनदा श्वास टाकला आणि तो जागच्या जागी ताठरला.

"अरे, कमनशिबी पोरा", कॅप्टन वेर पुटपुटले. ते पुढे झाले आणि म्हणाले, "पण ये, मला साहाय्य तर कर आधी."

त्या दोघांनी मिळून क्लॅगार्टला उठवून बसवण्याचा प्रयत्न केला. पण त्यांचा तो प्रयत्न निष्फळच होता. मेलेल्या माणसाला उठवून बसवण्यासारखाच तो प्रकार होता. त्यांनी पुन्हा क्लॅगार्टला खाली झोपवले. कॅप्टन वेर उठून ताठ उभे राहिले. त्यांच्या कपाळावर उभे राहिलेले घामाचे ठिपके त्यांनी एका हाताने पुसून काढले. आणि त्यांनी बिलीकडे नजर टाकली. त्यांच्या मनातील वात्सल्याची जागा आता कर्तव्याने घेतली. आपल्या कठोर अधिकारवाणीने ते बिलीला म्हणाले, "जा, त्या कोनाड्यातील खोलीत जाऊन उभा राहा." त्यांनी त्या खोलीकडे बोट दाखवले व ते पुन्हा तशाच कठोर आवाजाने बोलले, "आणि पुन्हा मी हुकूम दिल्याशिवाय त्या खोलीबाहेर तू पडता कामा नयेस."

बिली चकार शब्द बोलला नाही. एखाद्या यांत्रिक बाहुलीसारखा पावले टाकीत तो त्या कोनाड्यातील खोलीत शिरला. कॅप्टन वेर खोलीच्या दाराजवळ आले व बाहेर उभ्या असलेल्या संत्र्याला म्हणाले, "कुणाला तरी सांगून आल्बर्टला इथे बोलाव पाहू."

संत्र्याने पुकारताच आल्बर्ट धावत आला. खोलीत पडलेला क्लॅगार्टचा देह आल्बर्टच्या लक्षात येणार नाही अशा तऱ्हेने कॅप्टन वेर खोलीच्या दारांत उभे राहिले. ते म्हणाले, "आल्बर्ट, धावत जाऊन डॉक्टरसाहेबांना मी बोलावलंय म्हणून सांग. त्यांच्याबरोबर तुला परत येण्याचे मात्र कारण नाही. लागलेच तर मी तुला पुन्हा बोलावीन."

थोड्याच वेळात डॉक्टरसाहेब घाईघाईने येताना दिसून आले. कॅप्टनसाहेब पुढे होऊन त्यांना जणू सामोरे गेले. हेतू हा की, क्लॅगार्टचे उपडे पडलेले शरीर येताक्षणीच त्यांच्या नजरेस पडू नये. आपल्या नेहमीच्या शिरस्त्याप्रमाणे डॉक्टर हसतहसत हस्तांदोलनासाठी हात पुढे करू लागले. पण तिकडे विशेषसे लक्ष न देता कॅप्टन वेर त्यांना म्हणाले, "डॉक्टर, प्रथम त्याच्याकडे पाहा बरे. त्याला काय झालं

असावं, बघा एकदा.''

डॉक्टर जरा पुढे झाले आणि त्यांनी साटीवर पडलेल्या क्लॅगार्टकडे नजर टाकली. ते चमकलेच त्याबरोबर. क्लॅगार्टच्या पांढऱ्याफिटुक चेहऱ्यावरून दाट काळसर रक्ताचा ओघळ वाहत आलेला दिसत होता. त्याच्या नाकपुडीतून व कानांतून ते रक्त वाहत आले होते. पाहताक्षणीच डॉक्टरांच्या सरावलेल्या नजरेला पडलेला तो माणूस मेलेला आहे, हे दिसून आले.

''तो मेला का?'' कॅप्टन वेरनी त्यांना विचारले. ''मला वाटलंच होतं तसं; पण तुम्ही खात्री करा.''

डॉक्टरांनी पुढे होऊन क्लॅगार्टची नाडी पाहिली. छाती तपासली. पण तपासण्यासारखे काही उरलेच नव्हते मुळी. त्यांचा अंदाज खरा होता. ते प्रश्नार्थक मुद्रेने पाहत राहिले.

कॅप्टन वेर निश्चलपणे त्यांच्याकडे आणि क्लॅगार्टच्या मृत शरीराकडे पाहत होते. अखेर त्यांनी डॉक्टरांचा दंड हळुवारपणे पकडला व क्लॅगार्टच्या मृत देहाकडे बोट दाखवून ते जड आवाजाने म्हणाले, ''देवाघरचा न्याय म्हणतात तो हा.''

तो प्रकार काय असावा, हेच मुळी डॉक्टरसाहेबांच्या लक्षात येईना. कॅप्टन वेरना इतक्या गोंधळलेल्या व भारावलेल्या अवस्थेत त्यांनी कधीच पाहिलेले नव्हते. ते निःस्तब्धपणे नि प्रश्नार्थक मुद्रेने त्यांच्याकडे बघत राहिले. पण कॅप्टन वेर पुन्हा विचारात गुंग होऊन गेल्यासारखे दिसले. पण किती? अगदी क्षणभर! ते पुन्हा झटकन भानावर आले. ते पुटपुटले, ''देवदूताने त्याला शिक्षा केली हे खरे; पण त्याच्या मृत्यूला कारण झाल्याबद्दल देवदूतालासुद्धा शिक्षा ही झालीच पाहिजे.'' डॉक्टरांची स्थिती अगदीच केविलवाणी झाली होती. काय झाले नि कसे घडले, याची त्यांना काहीच कल्पना करता येईना. पण अखेर कॅप्टन वेर स्वतःच्या भरकटलेल्या भावना सावरून घेत म्हणाले, ''हे असं झालं सगळं.'' त्यांनी सगळी हकिगत सविस्तरपणे त्यांना सांगितली.

''पण चला, आता व्हायचे ते होऊन गेले. आता हे प्रेत त्या पलीकडच्या खोलीत ठेवून द्यायला मला साहाय्य करा.'' बिलीला ज्या खोलीत त्यांनी डांबून ठेवले होते, तिच्या समोरच्या बाजूकडील एका खोलीकडे बोट दाखवीत ते म्हणाले.

कॅप्टनसाहेबांची ती विनंती डॉक्टरांना अगदी चमत्कारिक वाटली. क्लॅगार्टच्या मृत्यूची हकिगत गुप्त ठेवायची त्यांची इच्छा असावी, हे त्यांनी ओळखले. पण त्यांचा हुकूम, मग तो कसा का असेना, पाळणे डॉक्टरांना भागच होते. क्लॅगार्टचे मृत शरीर त्या दोघांनी मिळून पलीकडच्या खोलीत नीट गुंडाळून ठेवले. कॅप्टन वेर मग डॉक्टरांना म्हणाले, ''या मृत्यूची चौकशी करण्यासाठी मी नंतर अधिकाऱ्यांचं कोर्ट भरवतो. तेथवर तुम्ही जहाजावरील सर्व अधिकाऱ्यांना झाल्या गोष्टीची वर्दी द्या. आणि ही वार्ता यापेक्षा जास्त षट्कर्णी होणार नाही, याची काळजी घ्या आणि इतरांनाही घ्यायला सांगा.''

१३

काहीशा विमनस्क मनःस्थितीतच डॉक्टर कॅप्टनसाहेबांच्या खोलीतून बाहेर पडले. क्लॅगार्टच्या मृत्यूबाबत कॅप्टनसाहेबांची सगळीच वागणूक त्यांना चमत्कारिक वाटली. त्या मृत्युप्रकरणाची जहाजावरच करण्यात येणारी चौकशी त्यांना शुद्ध अविवेकीपणाची वाटली. त्यांच्या मते, कॅप्टनसाहेबांनी बिली बडला कैद करून ठेवायला हवे होते आणि रीतीप्रमाणे जहाज आरमारी काफिल्यात परत दाखल होईपर्यंत त्यांनी चौकशी पुढे ढकलायला हवी होती. काफिल्यात दाखल झाल्यावर त्यांनी सरसेनानीकडे प्रकरण दाखल करणे आवश्यक होते. कॅप्टनसाहेब या प्रकरणात असे का वागावेत, याचा त्यांना अंदाज लागेना. पण काही का असेना, वरिष्ठ अधिकारी म्हणून कॅप्टन जो हुकूम देतील तो मानणे व त्याप्रमाणे वागणे, त्यांचे कर्तव्य होते. त्यांच्या हुकमाची चिकित्सा करणे म्हणजे उद्धटपणा ठरला असता आणि तो न मानणे म्हणजे बंडखोरी करण्यासारखे होते.

कॅप्टनसाहेबांच्या हुकमाप्रमाणे त्यांनी सर्व छोट्या-मोठ्या अधिकाऱ्यांना या मृत्यूची हकिगत सांगितली. मात्र कॅप्टनसाहेबांच्या विचित्र मनःस्थितीबद्दल ते कुणाला काही बोलले नाहीत. ती बातमी ऐकून सर्वच अधिकाऱ्यांना आश्चर्य वाटले. मृत्यूचे ते प्रकरण सरसेनापतींच्या कानांवर घालणे आवश्यक होते, हे सगळ्यांचेच मत पडले.

१४

इन्डॉमिटेबलचे मुख्याधिकारी कॅप्टन वेर यांची कुठल्याही बाबतीत चटकन् निर्णय घेण्याबद्दल मोठी ख्याती होती. पण याबाबत चटकन निर्णय घेणे त्यांनाही मोठे कठीणच गेले. त्यांच्या मते या मृत्यूबाबत सर्व साधकबाधक गोष्टींचा विचार होणे आवश्यक होते आणि तो होऊन या प्रकरणाचा निकाल लागेपर्यंत त्या साऱ्या प्रकाराबद्दल गुप्तता राखणे त्यांना आवश्यक वाटत होते. कदाचित त्यांची यात काही चूक होण्याचाही संभव होता. मारगिरीच्या जागेजवळ सायंकाळी जाणाऱ्या अधिकाऱ्यांची याबाबत आपसांत कुजबूज चाले. आणि जॅक डेन्टन याने तर एकदा कॅप्टन वेर यांच्यावर तोंडसुखही घेतले. वरच्या माळ्यावर कॅप्टनसाहेबांच्या खोलीत प्रत्यक्ष काय घडले याबद्दल त्यांनी घेतलेल्या मौनव्रताची तुलना त्याने झारशाहीतील रशियात घडणाऱ्या गुप्त कारस्थानांशीच केली. आपले जहाज आरमाराच्या मुख्य काफिल्यात जाऊन दाखल होईतो बिलीला कैद करून ठेवणे, नंतर ते प्रकरण सरसेनापतींकडे सोपवणे आवश्यक आहे, जहाजावरच त्यासाठी न्यायालय भरवून निर्णय घेण्याचे कारण नाही, असे सर्वांना वाटत होते.

कॅप्टन वेर यांच्या विचारसरणीने मात्र दुसरीच दिशा धरली. बिलीच्या हातून एका अधिकाऱ्याचा मृत्यू घडून आला ही बातमी वरच्या-खालच्या मजल्यावर काम करणाऱ्या खलाश्यांच्या कानी गेल्यावर तिचा त्यांच्या मनावर काय परिणाम होईल, याची त्यांना अधिक

चिंता वाटली. ‘नोर’ बंडानंतर झालेली अशा तऱ्हेची ही पहिलीच घटना असल्यामुळे, त्या बातमीने खलाश्यांच्या मनात सुप्तावस्थेत असेले बंडखोरीचे निखारे कदाचित पुन्हा प्रज्वलित होतील, ही धास्ती त्यांना वाटत होती. आणि म्हणूनच बोटीवरील अधिकाऱ्यांचे न्यायमंडळ नेमून झटकन निर्णय घेण्याचा त्यांनी विचार केला होता. केवळ न्याय आपल्या हातात घ्यावा, हा काही त्यांचा यात हेतू नव्हता. उलट, न्यायदानाची नैतिक जबाबदारी आपणावर नको, असेच त्यांना मनापासून वाटत होते. पण वर उल्लेखलेल्या कारणांमुळे, झाल्या प्रकारची चौकशी व्हावी व खलाश्यांच्या मनात काही किंतू राहू नये, म्हणून त्यांनी जहाजावर तात्पुरते न्यायमंडळ निवडले. त्या मंडळावरील अधिकाऱ्यांची निवड त्यांनी सहायकांच्या सल्लामसलतीने केली. फर्स्ट लेफ्टनंट, मरीन कॅप्टन आणि सेलिंग मास्टर या तिघांची न्यायमंडळावर नेमणूक करण्यात आली. जहाजावरील निरनिराळ्या खात्यांवरील ही अधिकारीमंडळी एकत्रित आणण्यात कॅप्टन वेर यांचा हेतू एकच होता, की त्यांचे एकमेकांशी काही वैमनस्य नव्हते. त्यांतील मरीन कॅप्टन स्वतः शिपाईबाण्याचा होता. त्याच्या मनात कुणाबद्दलच कसली अढी नसायची. स्वभावाने सुस्वभावी, खाण्यापिण्याचा व झोपा काढण्याचा शौकीन. त्याच्याकडून कुणालाच अन्याय होण्याची भीती नव्हती. फर्स्ट लेफ्टनंट आणि सेलिंग मास्टर हेही आपापल्या कामात दक्ष आणि प्रामाणिक गृहस्थ होते. त्यांच्याकडून कुणास कधी अन्यायी वागणूक मिळेल, असे कुणालाही वाटत नसे. या तिघा अधिकाऱ्यांच्या सदसद्विवेकबुद्धीवर भिस्त ठेवून कॅप्टन वेर यांनी न्यायनिवाड्याचे काम सुरू करण्याचे ठरविले.

कॅप्टन वेरसाहेबांच्या खोलीत जिथे तो दुर्दैवी प्रकार घडून आला, त्या खोलीलगतच न्यायदानाचे काम सुरू झाले. वरच्या मजल्याच्या साटीखालच्या प्रशस्त जागेत न्यायमंडळाची बैठक बसवण्याचे नक्की झाले. या जागेच्या एका बाजूला सामानाचे छोटे गुदाम होते. त्या गुदामाचाच आता तुरुंगासारखा उपयोग करण्यात येऊ लागला. त्या खोलीच्या समोरच्या बाजूची खोली प्रेतघर म्हणून ठरविण्यात आली. न्यायालयात भरपूर उजेड यावा म्हणून साटीच्या मध्यभागाची झडप उघडण्यात आली.

न्यायमंडळाची सारी व्यवस्था लागल्यावर बिली बडला न्यायासनासमोर आणण्यात आले. त्याच्यावरील आरोपांबाबत कॅप्टन वेर एकटे एकच साक्षीदार होते. ते जहाजावरील सर्वाधिकारी असले, तरी साक्ष देताना त्यांना आपला हुद्दा विसरूनच न्यायासनासमोर उभे राहावे लागले. किनाऱ्याच्या दिशेला तोंड करून ते साक्ष द्यायला उभे राहिले. त्यांनी न्यायासनासमोर पाहिलेली सर्व हकिगत इत्थंभूतपणे व थोडक्यात निवेदन केली. क्लॅगार्टने आरोपीवर केलेले घाणेरडे आरोप व त्यामुळे आरोपीच्या मनावर झालेला परिणाम त्यांनी सविस्तर सांगितला. कॅप्टन वेर ती हकिगत सांगत असताना न्यायमंडळातील तीनही अधिकाऱ्यांनी बिली बडकडे निरखून पाहिले. त्यांना त्यांचे मोठे आश्चर्य वाटले. मरहूम अधिकारी क्लॅगार्ट यांनी त्याच्यावर बंडखोरीचा आरोप का करावा, हेच त्यांना कळेना. त्याच्या निरागस चेहऱ्यावर बंडखोरीची जराशी तरी सावली कुठे दिसत होती का? त्याच्या हातून एखाद्याचा कधी मृत्यू घडेल; अशी शंकाही कुणाला आली नसती.

कॅप्टन वेर यांचे निवेदन संपताच फर्स्ट लेफ्टनंटसाहेबांनी प्रथम बोलण्यास सुरुवात केली. ते आरोपीकडे वळून म्हणाले, "कॅप्टन वेर यांनी पाहिलेली हकिगत निवेदन केली आहे. यावर तुझं म्हणणं काय आहे? त्यांनी सांगितल्याप्रमाणे एकंदर गोष्टी घडून आल्या की नाहीत?"

न्यायालयीन चौकशीमुळे भेदरून जाऊन बिली आपल्या स्वभावाप्रमाणे तोतरेल, त्याचा आवाज कापेल, असे सगळ्यांना वाटले होते. पण आश्चर्य असे की, तसे या वेळी काहीच घडले नाही. उलट, बिली अगदी शांत चित्ताने उभा राहिला होता. तो शांतपणे म्हणाला, "कॅप्टन वेर यांनी जी हकिगत सांगितली, ती अगदी तंतोतंत खरी आहे. पण निशाणसाहेबांनी मजबद्दल सांगितलेली सर्वच हकिगत साफ खोटी आहे. मी बादशहांचं निमक खात आलो आहे आणि मी निमकहरामी खास केलेली नाही."

साक्षीदार म्हणून समोर उभे असलेले कॅप्टन वेर म्हणाले, "होय, होय. तू जे आता बोललास त्यावर माझा संपूर्ण विश्वास आहे." त्यांचा आवाज किंचित भरून आल्यासारखा वाटला.

बिली सद्‌गदित आवाजात म्हणाला, "देव तुमचं भलं करो." तो अगदी खचल्यासारखा दिसत होता. पण स्वतःला सावरून तो लागलीच

म्हणाला, "निशाणखात्याचा मुख्य क्लॅगार्ट आणि मी, आमच्यात कसलेही वैमनस्य नव्हते. मी तर त्याचा कसलाच हेवादावा करीत नव्हतो. तसे मला काही कारणही नव्हते. त्यांचे काम निराळे, माझे काम निराळे. आमचा एकमेकांच्या कामाशी काही संबंधही येत नसे कधी. निशाणसाहेबांचा असा शेवट झाल्याबद्दल मला खरोखरच मनापासून दुःख होत आहे. त्यांना जिवानिशी मारण्याचे माझ्या मनातही नव्हते. माझ्या हातांऐवजी मी माझ्या जिभेचा उपयोग केला असता, तर किती बरे झाले असते. पण दुर्दैवाने क्लॅगार्टने माझ्या तोंडावरच माझ्यावर घाणेरडे आरोप केले. वरिष्ठ अधिकाऱ्यांसमोर त्यांनी मजवर केलेले ते घाणेरडे आरोप मला सहन झाले नाहीत. त्यांना काहीतरी उत्तर देण्याचा माझा विचार होता; पण उत्तराऐवजी माझा हात उचलला गेला. देवा, मला क्षमा कर."

इतक्या सहजपणे आणि निर्भयपणे त्याने सांगितलेली ती हकिगत ऐकून न्यायमंडळाच्या सदस्यांचीही त्याच्या निर्दोषपणाबद्दल खातरजमा झाली. 'तुझ्या शब्दांवर मी पूर्ण भरवसा ठेवतो.' या कॅप्टन वेरसाहेबांच्या शब्दांमुळे, तर बिलीबद्दल त्यांच्या मनात ओलावाही निर्माण झाला होता.

न्यायमंडळातील सभासदांपैकी एकाने त्याला दुसरा प्रश्न केला. "जहाजावर खलाश्यांची काही खलबतं चालली आहेत, काही कट चालू आहे याबद्दल तुला काही माहिती आहे काय?"

पण बिलीकडून उत्तर लागलीच मिळाले नाही. तो काहीतरी बोलण्याचा यत्न करीत असावासे दिसले; पण त्याचा शब्द फुटला नाही. न्यायमंडळातील सभासदांना त्याच्याबद्दल सहानुभूती वाटली. तोतरण्याची, शब्द तोंडावाटे न फुटण्याची त्याची सवय त्यांच्या पूर्ण माहितीची. पण बिली आता गांगरला त्याचे खरे कारण निराळेच होते. त्या प्रश्नासरशी बिलीच्या मनात त्या काळोख्या खोलीतील अज्ञात खलाश्याच्या भेटीची आठवण आली. त्याने त्या प्रसंगाचा रिपोर्ट वरिष्ठांकडे केलेला नव्हता. आपल्याच एका सहकाऱ्याबद्दल केवळ संशयामुळे–निश्चित काहीच माहिती नसताना- रिपोर्ट करणे त्याला त्या वेळी योग्य वाटले नव्हते. आरमारी दलांतील एक स्वामिनिष्ठ सेवक या नात्याने वरिष्ठांच्या कानी ती हकिगत घालणे हे त्याचे कर्तव्य होते; पण त्या वेळी तो

त्यात चुकला होता खरे. त्याला वाटले, आपली ती चूक आता आपल्या नाशास कारण होणार, यात शंका नाही. ती हकिगत जर आता या प्रसंगी पुढे आली आणि सिद्ध झाली, तर लष्करी कायद्याप्रमाणे आपणास जास्तीत जास्त शिक्षा होणार. त्या भीतीच्या जाणिवेने, त्याने उत्तर दिले, "असा काही प्रकार मला माहीत नाही."

न्यायमंडळावरील दुसरे अधिकारी नंतर अगदी शांतपणे म्हणाले, "आणखी एक प्रश्न विचारात घेण्यासारखा वाटतो मला. आरोपीने नुकतेच सांगितले की, मरहूम अधिकारी आणि आरोपी यांच्यामध्ये कसलेही वैमनस्य नव्हते. मग त्या अधिकाऱ्याने आरोपीवर असले घाणेरडे आरोप का करावेत? त्याला काही कारणच दिसत नाही, असे आरोप करायला."

त्या प्रश्नाने बिली पार गडबडलाच. खरोखरच क्लॅगार्टने आपल्यावर तसले आरोप का करावेत, हे त्याला पण कळत नव्हते. पण त्या प्रश्नाचे उत्तर देता न आल्यास आपल्याबद्दल न्यायमंडळाच्या मनात नसत्या शंका उद्भवतील, असे मात्र त्याला वाटल्याशिवाय राहिले नाही. त्याने आर्त नजरेने कॅप्टन वेर यांच्याकडे पाहिले. या आपत्काळी आपणच माझे मित्र आणि वाली आहात, हा भाव त्याच्या डोळ्यांतून जणू प्रतीत होत होता.

साक्ष दिल्यानंतर कॅप्टन वेर न्यायमंडळाच्या प्रश्नांकडे बारकाईने लक्ष देत बसले होते. बिलीची ती हताश मुद्रा पाहताच ते उठून उभे राहिले आणि न्यायमंडळास उद्देशून ते म्हणाले, "महाशय, आपण आरोपीला किंवा सगळ्यांनाच केलेला प्रश्न स्वाभाविक आहे. पण त्याचं उत्तर देणं मात्र आरोपीला तितकंसं सोपं नाही. त्यालाच का, कुणालाही तशा प्रश्नाचं उत्तर देता येणं शक्य नाही. या प्रश्नाचं उत्तर देणं त्या तिथल्या गृहस्थालाच फक्त काय ते शक्य झालं असतं." त्यांनी प्रेतघराकडे बोट दाखवून म्हटले. "पण तो गृहस्थ आता उत्तर देण्याच्या पलीकडच्या अवस्थेला पोचला आहे. माझ्या मते आपण उपस्थित केलेला मुद्दा इथे गैरलागू आहे. क्लॅगार्टने काही विशिष्ट हेतूने आरोपीवर खोटे आरोप केले असतील आणि त्यामुळे चिडून जाऊन आरोपीने त्याला ठोसा मारला असेल. आपल्याला त्यांच्याशी आता विशेष काही कर्तव्य नाही. आता आपल्याला मुख्यतः विचार

करायचा आहे, तो त्या ठोशाचा जो परिणाम झाला, त्याचाच.''

कॅप्टन वेरसाहेबांच्या त्या उद्‌गारांचा अर्थ बिलीच्या पूर्णतः लक्षात आला की नाही कोण जाणे? उपकारांच्या ओझ्याखाली भारावून गेल्यासारखा तो दिसत होता. कॅप्टन वेरसाहेबांच्या बोलण्याचा न्यायमंडळातील अधिकाऱ्यांवरही परिणाम झाला. विशेषतः त्यांच्यापैकी शिपाईबाण्याचे मरीन कॅप्टनना त्यांचे बोलणे पूर्णतः पटले. ते आपल्या सहकाऱ्यांकडे व कॅप्टन वेरसाहेबांकडे वळून म्हणाले, ''जहाजावर असा कोणीच मनुष्य दिसून येत नाही की, जो झाल्या प्रकारावर काही उजेड टाकू शकेल.''

''आणि म्हणूनच मी म्हणतो की, क्लॅगार्टने आरोपीवर असे घाणेरडे वृथारोप का केले याची चौकशी करीत बसण्यापेक्षा, आरोपीच्या सदर कृत्याबद्दलच विचार करणे श्रेयस्कर होईल.'' कॅप्टन वेर म्हणाले.

न्यायमंडळाचे प्रमुख फर्स्ट लेफ्टनंटसाहेब होते. कॅप्टन वेर यांचे बोलणे त्यांना पटले. ते बिलीला उद्देशून म्हणाले, ''बिली, तुला आणखी काही सांगायचे आहे का?''

बिलीने पुन्हा एकवार कॅप्टन वेर यांच्याकडे नजर टाकली आणि काय उत्तर द्यावे हे जणू त्याने त्यांच्या डोळ्यांच्या भावांवरून जाणले. तो म्हणाला, ''नाही. मला आणखी काही सांगायचं नाही. जे सांगायचं होतं, ते मी सर्व सांगितलं आहे.''

न्यायमंडळाचे काम चालू असता, बिलीच्या शेजारी संत्री कायम उभा होता. त्याला आरोपीला पुन्हा त्याच्या कोठडीत घेऊन जाण्याचा हुकूम देण्यात आला. आणि संत्र्याने खुणावताच बिली निमूटपणे त्या कोठडीकडे पावले टाकू लागला.

१५

छातीवरील दडपण उतरावे, तसे न्यायमंडळातील तिघाही अधिकाऱ्यांना वाटले. त्यांनी एकमेकांकडे पाहिले. त्यांच्या नजरेत, त्यांच्या मनातील अनिश्चितता जाणवत होती. पण काही झाले तरी निर्णय दिला पाहिजे, ही जाणीवही त्यांच्या नजरेतून प्रतीत होत होती.

कॅप्टन वेर बाजूच्या गवाक्षातून दूर समुद्राकडे पाहत होते. त्यांच्या मनातही काही खळबळ चालली असावी. न्यायमंडळाचे सदस्य स्वस्थच होते. ते मधूनच एकमेकांशी हलक्या आवाजात बोलत व पुन्हा विचारांत गढून जात. न्यायालयाचे सर्वच वातावरण गंभीर, अनिश्चित होऊन राहिले होते.

दूर क्षितिजाकडील आपली नजर वळवून कॅप्टन वेर पुन्हा न्यायमंडळाकडे वळले. त्यांच्या मनाचा काहीतरी निश्चय झाला असावा, असे त्यांच्या चेहऱ्यावरून सर्वांनाच वाटले. गंभीरपणे त्यांनी बोलण्यास सुरुवात केली. 'आतापर्यंत साक्षीदार म्हणून मला जे सांगायचे होते, ते मी बोललो. आतासुद्धा मी काही माझ्याकडे सर्वाधिकार घेऊन बोलणार आहे, असे नव्हे. पण न्यायमंडळातील सहकाऱ्यांना आपल्या कठीण कर्तव्यात काही साहाय्य होईल, यासाठीच मी बोलतो आहे. मंडळाच्या सदस्यांच्या मनात विचारांचा झगडा सुरू झाला आहे, हे मी जाणले आहे. कठोर लष्करी शिस्त व नैतिक मूल्ये व दयार्द्रता यांमधील तो झगडा आहे. दयार्द्रता माझ्याही मनात घर करीत आहे. पण माझ्या

मनातील ही सहृदयता न्यायाच्या कामी मी आड येऊ देणार नाही. सभ्य गृहस्थहो, ही घटना आणि हा खटला मोठा वैशिष्ट्यपूर्ण आहे, यात शंका नाही. निशाण खात्याचा प्रमुख आरोपीच्या हातून मारला गेला आहे आणि एखाद्याच्या हातून माणूस मारला जाणे हा घोर गुन्हा समजला जातो. असा गुन्हा करणाऱ्याला मरणाचीच शिक्षा सांगितलेली आहे. आपल्या मनात या प्रसंगी दयेची भावना उभी राहण्याची शक्यता आहे. ती भावना नैसर्गिकच आहे. पण सद्‌गृहस्थहो, आपण बादशहांचे नम्र सेवक आहोत; मनातील नैसर्गिक भावनांचे नव्हेत! जेव्हा एखादे युद्ध सुरू होते आणि आपण त्यात भाग घेतो, त्या वेळी कुठे आपण मनातील नैसर्गिक वा कोमल भावनांचा विचार करतो? आपणास आज्ञा झाली, की आपण लढतो. मग युद्धाचे कारण न्याय्य आहे का चुकीचे, हे आपण पाहतो का? ते पाहणे आपले कामच नव्हे. कर्तव्यनिष्ठा हे आपले ब्रीद. तोच नियम आपण इथे पाळला पाहिजे. मग त्याचे परिणाम काहीही होवोत.

"सहृदयतेप्रमाणेच, सदसद्‌विवेकबुद्धीची टोचणीही आपल्या मनाला जाणवत असेल," कॅप्टन वेर पुढे म्हणाले. "पण कर्तव्यनिष्ठेपुढे तिचेही पारडे जड होऊ देता कामा नये."

न्यायमंडळातील तिघाही सभासदांमध्ये थोडी चलबिचल झाली. त्यांच्या मनातील विचारांचे द्वंद्व आता चांगलेच रंगले होते. त्यांच्या मनाची आंदोलित स्थिती लक्षात घेऊन कॅप्टन वेर किंचित थांबले.

न्यायमंडळाच्या सदस्यांच्या मनाची चलबिचल जरा थांबू दिल्यावर त्यांनी परत बोलायला सुरुवात केली. "आपण एकंदर घटनेचा सविस्तर विचार करू. सध्याचे दिवस आपण युद्धकालीन दिवस मानत आहोत. युद्धकालीन दिवसांत युद्धनौकेवरील एखाद्या सैनिकाने आपल्यापेक्षा वरिष्ठ हुद्द्यावरील अधिकाऱ्यावर हात उचलला, तर तो गुन्हा होतो. त्याने मारलेल्या तडाख्याचा परिणाम तर दूरच राहो. वरिष्ठ अधिकाऱ्यावर हात उचलणे, हाच मुळी गुन्हा आहे. नुसता गुन्हा नव्हे, गंभीर स्वरूपाचा गुन्हा."

"असेलही, असेलही," न्यायमंडळातील एक सदस्य एकदम म्हणाले. "पण अधिकाऱ्यांविरुद्ध उठणे किंवा त्याचा खून करणे हा बिलीचा मुळीच उद्देश नव्हता, हे मी खात्रीने सांगतो."

"बरोबर, बरोबर." कॅप्टन वेर म्हणाले. "सभ्य गृहस्थहो, न्यायाधिकारी आता जे म्हणाले, ते मला पूर्णपणे संमत आहे. आणि मला वाटते, हा खटला लष्करी कोर्टाऐवजी जर एकाद्या मुलकी न्यायालयापुढे चालत असता, तर न्यायाधिकाऱ्यांनी उपस्थित केलेला हा मुद्दा, मान्य होऊन आरोपी कदाचित निर्दोष म्हणून सुटलाही असता. पण या न्यायालयाचे काम लष्करी नियमांप्रमाणे चालले आहे आणि त्यातही बंडखोरीच्या कायद्याखाली. या कायद्याप्रमाणे आरोपीच्या हातून गुन्हा झाला आहे की नाही, एवढेच आपणास ठरवायचे आहे. त्यामागे आरोपीचे हेतू काय होते, हे पाहण्याचे आपले काम नाही.

"मी आपणास एक सोपे उदाहरण सांगतो. या चालू युद्धात, का-या जहाजावरही, असे काही खलाशी आणि सैनिक असतील की, ज्यांना युद्ध पसंत नाही. ते स्वतःच्या मनाविरुद्ध या युद्धात लढत असतील. काही बंडखोर मनोवृत्तीचे लोकही या युद्धनौकेवर असतील. पण एकदा का लढाईस तोंड लागले म्हणजे त्यांच्या मनातील युद्धविरोधी भावना मागे टाकून त्यांना शत्रूशी मुकाबला करणे भागच असते. आणि त्यांच्या मनात युद्धविरोधी भावना जागृत आहेत म्हणून, शत्रू तरी त्यांना तसे सोडतात थोडेच? शत्रू ज्या भावनेने आमच्याशी वागेल, त्याच रीतीने तो त्यांच्याशीही वागेल. लष्करी वृत्ती आणि नीती ही अशी आहे. ती तुमच्या मनातील कोमल भावना, सहृदयता, निष्पाप वृत्ती काही जाणत नाही. सभ्य गृहस्थहो, तुमच्या मनातील सद्भावनांचा मी आदर करतो. पण प्रस्तुत प्रकरणाकडे आपण मी आता विशद केलेल्या दृष्टीने पाहावे अशीही मी आपणास विनंती करतो. या प्रकरणाचा निकाल लावण्यास विलंब करू नये, अशीही आपणास माझी सूचना आहे. भोवतालच्या दर्यावर शत्रूच्या हालचाली चालू आहेत. कोणत्या वेळी शत्रू दृष्टोत्पत्तीस येईल आणि लढाई जुंपेल, हे सांगता येणार नाही."

खटला ऐकण्यासाठी न्यायालयात जमलेले अधिकारी व इतर मंडळी अगदी चित्रासारखी स्तब्ध बसली होती. त्यांपैकी एक जण मध्येच उठून म्हणाला, "पण, याला नियमाप्रमाणे शिक्षा करून ती शिक्षा आपणास माफ नाही का करता यायची?" त्याने बोलण्याची हिंमत केली खरी; पण भीतीने त्याचा आवाज कापत होता.

कॅप्टन वेर त्या अधिकाऱ्याकडे वळले. ते शांतपणे म्हणाले, ''लेफ्टनंट, तुमची सूचना अगदी कायदेशीर आहे. पण त्यामुळे होणाऱ्या परिणामाचाही आपणास विचार करायला हवा. या जहाजावरील खलाश्यांना, सैनिकांना काही विशिष्ट परंपरा आहे. त्या परंपरेच्या विरुद्ध घडलेल्या या गोष्टीचा ते कसा अर्थ लावतील? बिलीच्या हातून घडलेल्या या सहजगत कृत्याचा ते निराळाच अर्थ लावणे शक्य आहे. आपण कितीही समजावून सांगितले, तरी ते त्याचा अर्थ 'खून' असाच करणार. आणि वरिष्ठ अधिकाऱ्यांविरुद्ध उठून त्याचा केलेला खून असाही गर्भितार्थ ते या घटनेतून काढणार! अशा गुन्ह्याला काय शिक्षा होते, हे त्यांना सर्वांना ठाऊक आहे. पण याबाबत बिलीला शिक्षा दिली गेली नाही तर? ती का दिली गेली नाही, हा प्रश्न स्वाभाविकच त्यांच्या मनात उभा राहणार! अधिकाऱ्यांचे धैर्य खचले आहे, असे त्यांना वाटेल. त्यांच्या मनात उठावाचे विचार पुन्हा बळावतील. आणि नोर येथील उठावाची पुनरावृत्ती होण्यासही वेळ लागणार नाही. नोर उठावामुळे सगळे इंग्लंड हादरून गेले होते, हे त्यांना ठाऊक आहे. आरोपीला तुम्ही दिलेली साधी शिक्षा– तिच्यामुळे ते अधिकच धीट बनतील. आणि त्याचा परिणाम अंती घातक ठरेल. मित्रहो, माझी तुम्हाला कळकळीची विनंती आहे. तुमच्या विचारांची दिशा वरीलप्रमाणे असावी, असे मला वाटते. मजबद्दल गैरसमज करून घेऊ नका. या दुर्दैवी तरुणाबद्दल तुमच्याइतकीच माझ्याही मनात अनुकंपा आहे. त्याला कठोर शिक्षा करण्याची पाळी आमच्यावरच यावी, ही पण दुर्दैवाची गोष्ट आहे. पण आपली ही वागणूक पूर्ण बरोबर आहे, हे त्यालासुद्धा स्वतःला पटेल.''

कॅप्टन वेर यांनी बोलणे संपवले व न्यायमंडळातील तिघे न्यायाधीश काय निर्णय घेतात ते पाहत, ते आपल्या जागेवर जाऊन बसले. तिघेही न्यायाधिकारी काही न बोलता निमूटपणे बसले होते. त्यांच्या अंतर्मनात झगडा चालला होता. कॅप्टन वेर यांच्याशी त्यांचे काही बाबतींत एकमत होत नव्हते. पण त्यांना डावलणेही त्यांना जड जात होते. कॅप्टन वेर अगदी सरळ वृत्तीचे गृहस्थ होते. ते अधिकाराने तर वरिष्ठ होतेच; पण शिक्षण आणि ज्ञान या दृष्टीनेही ते त्यांच्यापेक्षा अधिक श्रेष्ठ होते. कॅप्टन वेर यांच्या भाषणाचा त्यांच्या मनावर

परिणाम हा झालाच. त्यातल्या त्यात शेवटचा भाग, ज्यात कॅप्टनसाहेबांनी त्यांच्या न्यायदानाचा परिणाम, पुढील काळात इतर खलाश्यांच्या मनावर कसा होऊ शकेल याचे जे विवरण केले, ते त्यांना पूर्णपणे पटले होते. त्यामुळे एका वरिष्ठ अधिकाऱ्याचा एका खलाशाच्या हातून झालेला खून तसाच जाऊ देणे त्यांनाही प्रशस्त वाटले नाही. त्याबद्दल अपराध्याला शिक्षा व्हायला पाहिजे, हे त्यांना पटले असावे.

असली एक घटना पूर्वी घडून आलेली त्यांच्या आठवणीत होतीच. १८४२ मध्ये 'सॉमेर्स' नावाच्या अमेरिकन युद्धनौकेवर ती हकिगत घडली होती. त्या युद्धनौकेवरील सेनापतींनी दोघा छोट्या अधिकाऱ्यांना व एका खलाश्याला बंड केल्याच्या आरोपावरून फाशीची शिक्षा दिली होती. ज्या कायद्यान्वये त्यांनी ही शिक्षा दिली, तो लष्करी कायदा ब्रिटिश लष्करी कायद्यावरून तयार करण्यात आला होता आणि त्या कायद्याची अंमलबजावणी त्या वेळी कुठलेही युद्ध चालू नसताना त्या सेनानीने केली होती. अर्थातच सॉमेर्सवरील परिस्थितीची तुलना 'इन्डॉमिटेबल'वरील परिस्थितीशी करता आली नसती हे खरे; पण या दोन्ही वेळी न्यायदानाची निकड मात्र सारखीच महत्त्वाची होती.

अखेर न्यायमंडळाने निकाल दिला. तिघाही न्यायाधीशांचे एकमत झाले. बिलीला दोषी ठरवण्यात आले आणि त्याला फाशीची सजा सुनावण्यात आली. डोलकाठीखाली टांगून त्याला फाशी द्यायचे ठरले. अशा बंडखोरीच्या खटल्यात शिक्षेची अंमलबजावणी बहुतेक शिक्षा सुनावण्यात आल्याबरोबरच होत असते. पण आता रात्र पडल्यामुळे आरोपीला उदईक सकाळी फाशी देण्याचे ठरले.

१६

न्यायालयाचा निर्णय आरोपीच्या कानी घालण्याचे कठोर कर्तव्य आपण-होऊन कॅप्टन वेर यांनी स्वतःकडे घेतले. ते शांतपणे कैद्याच्या खोलीत शिरले. दारावरील संत्र्याला त्यांनी थोडा वेळ दूर जाण्याचा हुकूम दिला आणि ते आत गेले.

न्यायालयाने दिलेला निर्णय कळविण्याशिवाय त्या दोघांमध्ये आणखी काही बोलणे झाले की काय, हे कुणालाही सांगता येणार नाही. पण त्या दोघांचेही स्वभावविशेष पाहता त्यांचे काही बोलणे झाले असावे, असा तर्क करायला हरकत नाही. ते दोघेही कणखर वृत्तीचे, मरणाची क्षिती न बाळगणारे पुरुष होते. झाल्या गोष्टीबद्दल एकमेकांचे मनोगत एकमेकांस त्यांनी सांगितले असावे.

कॅप्टन वेर यांनी आपल्या मनोभावना दडवून ठेवण्याचा मुळीच प्रयत्न केला नसेल. त्याला न्यायालयाने दिलेली शिक्षा ही प्रमुखपणे आपल्यामुळेच दिली गेली आहे, हेही त्यांनी त्याला सांगितले असेल. बिलीच्या स्वभावाचा विचार करता कॅप्टनसाहेबांनी आपल्यावर अन्याय केला, असे त्यालाही वाटले नसेल. उलट, शूरासारखे आपण मरण पत्करू, हे आपल्याबद्दल त्यांनी काढलेले उद्‌गार त्याला अभिमानाचे वाटले असतील. कठोर सैनिकी कर्तव्याची अंमलबजावणी केल्यावर कॅप्टन वेर यांच्या मनालाही त्या शूर सैनिकाच्या अकाली शेवटाबद्दल जबर वेदना जाणवल्या असतील. त्यांनी कदाचित त्या अभागी तरुणाला

हृदयाशीही धरले असेल, त्यांच्या डोळ्यांत अश्रूही तरारले असतील. त्या बंद कोठडीत, त्या दोघा सैनिकांच्या भेटीत काय घडले असेल, ते सांगता येत नाही.

कॅप्टन वेर त्या बंद कोठडीतून बाहेर पडताना त्यांची प्रथम सीनियर लेफ्टनंटशी नजरानजर झाली. सेकंड लेफ्टनंट त्यांच्याचसारखे वयस्कर आणि अनुभवी अधिकारी होते. कॅप्टन वेर यांच्या चेहऱ्यावरील भाव त्यांनी जे पाहिले, त्यावरून त्या कठोर शिक्षेचा परिणाम, ज्याला शिक्षा झाली होती, त्याच्यापेक्षा शिक्षा सांगणाऱ्यावरच अधिक झाल्यासारखे त्यांना वाटले.

१७

त्या बंद कोठडीत कॅप्टन वेर आणि तो दुर्दैवी खलाशी बिली यांचे काय बोलणे झाले असावे. याची कुणालाही कल्पना येईना. मात्र ती बोलणी अगदी जिवाभावाची झाली असावीत, हे नक्की. कितीतरी वेळ ते दोघे बोलत होते आणि त्यामुळेच जहाजावरील साऱ्या खलाश्यांत त्याबद्दल मोठे कुतूहल निर्माण झाले होते. त्यांची आपसांत कुजबूज सुरू झाली होती. आणि त्यांचे बरे-वाईट अंदाज कर्णोपकर्णी होऊन सगळ्या जहाजभर झाले होते.

आणि म्हणूनच कॅप्टन वेर, बंद कोठडीतून बाहेर येताच, त्यांनी जेव्हा सर्व खलाश्यांनी डेकवर जमावे असा हुकूम काढला, तेव्हा सगळ्यांनाच आश्चर्याचा झटका बसला. अशा भलत्या वेळी, सगळ्यांना एकत्र जमण्याचा हुकूम का काढण्यात आला असावा; कुणालाच अंदाज करता येईना. संकटकाळी किंवा तुफान वादळाचे वेळी, अशा रीतीने सर्वांना जमवून संकटाची सूचना देण्याची नाविकांची रूढ रीत असते. पण आता वारा वादळ होते कुठे? हवा तर आता साफ पडलेली होती. आभाळ उजळलेले होते. त्या दोघांच्या दीर्घ भेटीत नक्की काहीतरी निराळेच घडून आले असावे. असेच साऱ्यांना वाटले.

एकादी अवखळ लाट मधूनच खळखळत असली तरी समुद्र त्या वेळी शांतच होता. त्या दिवशी पूर्णचंद्रही नव्हता आणि होता तो नुकताच वर आला होता. त्यांची तिरपी किरणे भोवताली समुद्रावर

पसरली होती आणि जहाजाच्या वरच्या तक्तपोशीवर त्यांचा नितळ प्रकाश फाकला होता. जहाजाचा पांढराफेक रंग त्यामुळे अधिकच उजळून निघाल्यासारखा दिसत होता. डोलकाठी, कलमी आणि टेहळणीचा मनोरा यांच्या काळसर सावल्या, तक्तपोशीवरून आणि तिथे जमाव करणाऱ्या खलाश्यांच्या अंगांवरून अधूनमधून सरकून जात.

तक्तपोशीवर जहाजाच्या दोन्ही कडांलगत, सशस्त्र सैनिक रांगेने उभे होते. त्यांच्या खांद्यांवरील बंदुकांवर चढवलेली बागनट चंद्रप्रकाशांत चमकत होती. कॅप्टन वेर संत्र्यांच्या त्या रांगेतून चालत येऊन नाळेकडील टोकावर येऊन उभे राहिले. त्यांच्या दोन्ही बाजूंस, छोटेमोठे अधिकारी आपल्या गणवेशात शिस्तीने उभे राहिले. सर्व सैनिकांकडे दृष्टिक्षेप करून त्यांनी बोलण्यास सुरुवात केली.

अगदी मोजक्या शब्दांत पण स्पष्टपणे त्यांनी खलाश्यांना आरोपीशी झालेले आपले बोलणे सांगितले. कोर्टचौकशीची तात्त्विक भूमिका व शिक्षेचे महत्त्व व आवश्यकता यांबद्दलही त्यांनी सर्वांना समजावून सांगितले. शिक्षा दुसऱ्या दिवशी सकाळच्या प्रहरी अमलात आणली जाईल, असेही त्यांनी जाहीर केले. ती सर्व माहिती सांगताना आपल्या बोलण्यात बंड किंवा उठाव हे शब्द चुकूनही येणार नाहीत, अशी त्यांनी काळजी घेतली. शिस्तीचा बडेजावही त्यांनी आपल्या भाषणात माजवला नाही. पण शिस्त मोडली तर त्याचा काय परिणाम होऊ शकतो, तेही त्यांनी मोजक्या शब्देंत सांगितले.

गिरिजाघरात पाद्रीबुवांनी चालवलेले प्रवचन भाविक लोक ज्या श्रद्धेने ऐकून घेतात, त्याच श्रद्धेने जमलेल्या सर्व नाविकांनी कॅप्टन वेरचे बोलणे ऐकून घेतले. सारे जण अगदी निःस्तब्धपणे ऐकत होते. वेरसाहेबांचे बोलणे संपताच सर्व खलाश्यांची आपसात गुणगुण सुरू झाली आणि ती वाढून काही वेळ गलकाही झाला; पण नंतर हळूहळू सर्व शांत झाले.

१८

क्लॅगार्टच्या मृतदेहास मूठमाती देण्याची तयारी सुरू झाली. त्यासाठी त्याचा देह मुदपाकखान्यातील त्याच्या सहकारी अधिकाऱ्यांच्या स्वाधीन करण्यात आला. आणि त्या प्रकाराची विशेष वाच्यता न करता आणि गाजावाजाही न करता निशाणाधिकाऱ्यास, योग्य त्या इतमामाने सागराचे पोटात सोडण्यात आले. 'इन्डॉमिटेबल'च्या परंपरेला साजेल अशाच रीतीने तो विधी पार पाडण्यात आला.

शिक्षेची बातमी सांगण्यासाठी कॅप्टन वेर बिली बडला त्या बंदिस्त कोठडीत भेटल्यानंतर मग त्या दोघांची गाठभेट पुन्हा झाली नाही. तशी काही जरुरीच उरली नव्हती आता. बिलीला सशस्त्र पहाऱ्यात त्या कोठडीतून काढून खाली तळमजल्यात नेण्यात आले. त्याची खोल्यांची बदलीही फारसा गाजावाजा न होता करण्यात आली.

जहाजावर गेल्या काही दिवसांत घडून आलेल्या या घटनांमुळे अधिकारी- वर्गाच्या मनात काही धाकधूक निर्माण झाली आहे, याचा पुसटसासुद्धा संशय कुणास येऊ नये, अशी काळजी घेण्यात येत होती. याबाबत खलाश्यांची आपसांत काय बोलणी होतात, त्यावर लक्ष ठेवण्यात येत होते. शिक्षा झालेल्या कैद्याशी त्यांचा काही संबंध येऊ नये, त्याच्याशी बोलण्याची कुणालाही चुकूनसुद्धा संधी मिळू नये, अशी खास व्यवस्था करण्यात आली. त्याच्या बंद कोठडीवर सशस्त्र सैनिकांचा कडेकोट पहारा ठेवण्यात आला.

'इन्डॉमिटेबल'जहाजाची बांधणी व रचना काहीशी जुन्या तऱ्हेची होती. त्याच्या वरच्या मजल्याला तोफखान्याचा मजला म्हणत. त्याच्या वरच्या तक्तपोशीवर बरीचशी मोकळी जागा होती. खालच्या तोफखान्याच्या मजल्यावर जसे सर्व खलाश्यांचे सामान, पिशव्या जिकडेतिकडे टांगलेल्या दिसत, तसे इथे काही नव्हते.

तोफखान्याच्या मजल्यावर संत्र्यांच्या पहाऱ्यात बिलीला ठेवण्यात आले होते. त्याच्या हातांत हातकड्या घालण्यात आल्या होत्या व तो उताणा पडून होता. त्याच्या दोन्हीकडे लाकडी घोड्यांवर बसविलेल्या तोफा होत्या. त्या पुढे-मागे हालवता येतील आणि वेळी त्यांची तोंडे जहाजाबाहेर काढता येतील, अशी सोय करण्यात आली होती. तोफांच्या घोड्यांचा आणि तोफांवर घातलेल्या आवरणांचा रंग भुरकट काळा होता आणि त्यामुळे सभोवतालच्या वातावरणावर धूसर मरणकळा पसरल्यासारखे वाटत होते.

बिलीचा पोशाख पांढुरक्या रंगाचा होता व तोही अगदी मळकट झाला होता. वरच्या तक्तपोशीस लटकावलेल्या व जहाजाच्या प्रत्येक हेलकाव्याबरोबर झोके खाणाऱ्या दोन कंदिलांचा मलूल उजेड त्याच्या अंगावर पडला होता. उघड्या वाऱ्याउन्हांत सतत काम करीत आल्यामुळे त्याच्या चेहऱ्याचा वर्ण तांबडसर झाला होता. मनातील अनेक विचारांच्या द्वंद्वामुळे आता त्यात किंचित फिकटपणाची झाक दिसून येत होती. दोन्ही अंगच्या तोफांच्या मध्यभागी लवंडून पडलेला बिली विचारात गुंग होऊन गेला होता. त्याच्या मनातील व्यथा नि दुःखावेग त्याने आता गिळून टाकला होता. कॅप्टन वेर यांच्या भेटीनंतर त्याच्या मनातील किल्मिष निघून जाऊन ते स्थिर, स्वस्थ झाले होते. मृत्यूची त्याला खंत वाटत नव्हती; पण आपणावर बंडखोरीचा आरोप येऊन मृत्यूची शिक्षा फर्मावली जावी, याबद्दल त्याला विषाद वाटत होता.

बिली तोफखान्याच्या डेकवर तसा पडून असता जहाजावरील धर्मोपदेशक त्या जागी येऊन दाखल झाले. पण ते केव्हा आले, हे बिलीला समजलेदेखील नाही. तो जणू स्वतःच्याच विचारांत गर्क होऊन गेला होता. 'विचारतंद्रीच्या समाधानाला त्याला पारखं करू नये,' असा विचार करून धर्मोपदेशकांनी पाऊल न वाजवता पाय मागे घेतला.

पण दुसऱ्या दिवशी सकाळी तांबड फुटली न फुटली तोच ते परत बिलीच्या कोठडीत दाखल झाले. रात्रभरच्या झोपेनंतर बिली नुकता कुठे जागा होत होता. डोळे उघडताच पांढराशुभ्र पोशाख केलेला ख्रिस्ताचा दूत समोर दिसताच बिलीच्या मनाला आनंद वाटला. सहास्य मुद्रेने त्याने त्यांचे स्वागत केले. धर्मोपदेशकांनी बायबलातील एक-दोन कडवी म्हटली व त्यांनी बिलीला मृत्यूचे कार्यकारण सांगण्यास सुरुवात केली. पण बिलीला मृत्यूचे भय मुळीच वाटले नव्हते. उलट, बोलताना त्यानेच आपणहून आपल्या मरणाबद्दल अनेक वेळा उल्लेख केला. एखाद्या निष्पाप बालकाच्या मनोवृत्तीने त्याने आपल्या मृत्यूबद्दल धर्मोपदेशकाशी चर्चा केली. मृत्यूच्या भीतीचा बाऊ करण्याची धर्मोपदेशकांना त्यामुळे वेळच आली नाही. बिलीच्या धीरोदात्तपणामुळे त्यांचे मन द्रवले. त्यांनी त्या तरुण जिवाला सद्‌गती मिळावी म्हणून दयाघनाची मनोमन प्रार्थना केली आणि त्या दुःखिताच्या गालावर हळुवारपणे स्पर्श करून ते बाहेर आले.

११

रात्रीचे चांदणे हळूहळू मावळले. त्याच्या रुपेरी कडा पहाटेच्या धूसर प्रकाशात मिसळू लागल्या. धूसर प्रकाशही हळूहळू वितळू लागला. जहाजाच्या पुढच्या भागात घंटेचे आठ ठोके पडले आणि त्याला जणू उत्तरच म्हणून की काय, वऱ्याकडील भागांतही थाळीच्या घंटेवर एक टोला वाजला. सर्व खलाश्यांना जागे करण्यासाठी लागलीच बांग झाली. एकामागे एक सगळे जण जागे होऊन पोशाख चढवू लागले आणि खालच्या मजल्यात डोलकाठीच्या वर्तुळाजवळ जमलेल्या इतरांच्या मेळाव्यात येऊन दाखल होऊ लागले. ते सगळे जण घोळक्याघोळक्यांनी जमून उभे राहिले होते. बिलीला दिल्या जाणाऱ्या सजेबद्दल ते आपापसात कुजबुजत होते.

कॅप्टन वेर त्यांच्यासमोर टेहळणीच्या बुरुजाकडे तोंड करून उभे होते. त्यांच्या दोन्हीकडे जहाजावरील अधिकारी सुन्नपणे उभे होते. दोन्ही बाजूंना आणि खालच्या डेकवर सशस्त्र खलाशी आपली हत्यारे खांद्यावर घेऊन सज्ज उभे राहिले होते.

पूर्वी लष्करी कोर्टाने सजा दिलेल्या आरोपीला जहाजाच्या पुढील भागी म्हणजे बहुधा नाळेवर काढणीच्या दोराने फाशी देण्यात येई. त्याचे तिथे लटकत असलेले प्रेत जहाजावरील इतरेजनांस सावधगिरीची व शिस्तीची शिकवण देत असे, असे समजत. पण बिलीची सजा मात्र नाळेवर अमलात न आणता ती जहाजाच्या मध्यभागी देण्याचे

ठरले होते. त्याला कारणेही तशीच होती. खलाश्यांच्या मनावर त्या शिक्षेचा कदाचित उलटा परिणाम होण्याचाही संभव होता.

संगिनींच्या पहाऱ्यात मग कैद्याला शिक्षेच्या जागी आणले गेले. त्याच्या समवेत जहाजावरील पाद्रीही होता. पण कैद्याला शेवटचा संदेश सांगण्याच्या मनःस्थितीत तो मुळीच नव्हता. स्वतःच्या मनातील विचारांशीच तो गढून गेला होता. दोघा तरुण खलाश्यांनी डोलकाठीवरच्या आडव्या दांड्याला काढणीचा दोर बांधला. दोराखाली नाळेकडे तोंड करून बिली स्वस्थपणे ताठ उभा राहिला. काढणीचा फास त्याच्या मानेभोवती टाकण्यात आला.

फाशीच्या पायठाणीवर चढण्यापूर्वी आणि गळ्याभोवती काढणीचा फास आवळला जाण्यापूर्वी बिलीचे ओठ अगदी अनाहूतपणे हलले. त्याच्या तोंडून अगदी स्पष्टपणे शब्द बाहेर पडले, "कॅप्टन वेर चिरायू होवोत,"

त्या घोर प्रसंगी सभोवताली पसरलेल्या गाढ शांततेचा भंग करून ते धीरगंभीर शब्द वाऱ्यावर निनादले. साऱ्या सैनिकांची मने हेलावून गेली. बिलीच्या निरपराध, निष्पाप मनात शिक्षा ठोठावणाऱ्या आपल्या अधिकाऱ्यांबद्दल तिळमात्र वैषम्य नाही, हे त्याच्या त्या शब्दांतून प्रत्येकाला जाणवले. प्रत्येकाच्या कंठातून त्याचे ते शब्द पुन्हा स्वयंस्फूर्तपणे निनादले, "कॅप्टन वेर चिरायू होवोत." बिलीने त्यांच्या हृदयात कायमचे स्थान पटकावले होते.

कॅप्टन वेर यांच्या मनाची स्थिती काय झाली असावी, याबद्दल सांगणे कठीणच. शस्त्रागारातील लाकडी घोडीवर ठेवलेल्या बंदुकीप्रमाणे ते ताठ, सरळ, ताठरल्यासारखे उभे होते. कारुण्याची एक सूक्ष्म छटा त्यांच्या चेहऱ्यावरून चमकून गेली.

लाटांच्या सूक्ष्म हेलकाव्यांवर डोलणारे जहाज किंचित संथ उभे राहिले. दूर पूर्वेकडील बाष्पमय ढग किंचित विरघळले. आणि फाशीवाल्याने संकेत देताच फाशीच्या पायंड्यावर बिलीने पदार्पण केले. दिशा फाकल्या होत्या. सूर्याचे पहिले किरण दर्याच्या पृष्ठावर चमकू लागले होते.

फाशीच्या काढणीला लटकणारा बिलीचा पुष्ट, सुडौल देह निश्चल होता. जहाज हेलकावले, की त्या देहाला जो हेलकावा मिळे, तेवढाच! बस्. पुरे! जहाजावरचे टोले पुन्हा वाजले. बिलीचे सगळे सहकारी व्यथित हृदयाने आपापल्या जागी रुजू झाले.

२०

पण ते आपापल्या जागेवर रुजू होतात न होतात, तोच वरच्या डेकवरून एक धीरगंभीर आवाज आला. नुकत्याच पाहिलेल्या त्या करुणाजनक शिक्षेच्या प्रसंगानंतर कानावर आलेला तो गंभीर आवाज ऐकून काही जण तर थरकलेच. दर्यावर राबणारे सगळेच खलाशी स्वभावाने अंधश्रद्धाळू असतात. दैवी गोष्टींवर त्यांचा लागलीच विश्वास बसतो. जहाजावरून आलेला तो धीरगंभीर आवाज म्हणजे निष्पाप बिलीने दिलेल्या शुभाशीर्वादाचा प्रतिध्वनीच होय, असे त्यांच्या मनाने घेतले. त्यांचे डोळे त्याच्या आठवणीने पाणावले.

वरच्या डेकवरून पुन्हा आवाज आला. पण हा आवाज जहाजावरच्या एका अधिकाऱ्याचा होता. तो होडीवाल्यांना पुकारीत होता, "अरे, आकडे खाली सोडा. फाशी खाणाऱ्या खलाश्याच्या देहाचे दफन लवकर झाले पाहिजे."

दफनाच्या तयारीला सर्व जण लागलीच लागले. बिलीच्या खोलीतील ताडपत्रीची झोळी काढण्यात आली आणि त्याच्या चिरंतन निद्रेसाठी तिची ताटी बनवली गेली. सगळे खलाशी टापटीप पोशाख करून, आपापली शस्त्रे सावरून त्याच्या शेवटच्या यात्रेसाठी व मानवंदनेसाठी ओळीने उभे राहिले. ताडपत्रीच्या ताटीमध्ये गुंडाळलेला बिलीचा पार्थिव देह आकड्याच्या साहाय्याने दर्यात उतरवण्यात आला. खडाड् खाट्! सगळ्या सैनिकांनी पाय जवळ घेतले आणि त्याला सलामी दिली.

धापकन् आवाज झाला आणि त्या शूर सैनिकाचा देह समुद्राने आपल्या उदरात सामावून घेतला.

धर्मोपदेशकाने धर्मग्रंथातील काही ओळींचे पठण केले. वरच्या माळ्यावरील सैनिकांच्या बँडपथकाने काही सूर आर्तपणे आळवले. पुन्हा एकदा सैनिकांच्या बुटांचा खडखडाट झाला आणि सर्व काही आटोपले. 'इन्डॉमिटेबल' पुढे सरकतच होते. बिलीचा पार्थिव देह जिथे विसर्जन करण्यात आला, त्या जागी सागरावर एक-दोन बहिरी पंख पसरून घिरट्या घालीत होते. बिलीच्या सहकाऱ्यांचे डोळे काही वेळ त्या ठिकाणी लागले होते. पण 'इन्डॉमिटेबल' पाणी कापीत पुढे सरकतच होते.

२१

आरमाराच्या मुख्य काफिल्यात दाखल होण्यासाठी परतताना या सगळ्या घटना 'इन्डॉमिटेबल'वर घडून आल्या होत्या. जहाजाच्या या परतीच्या सफरीमध्ये 'इन्डॉमिटेबल'ची एका फ्रेंच युद्धनौकेशी गाठ पडली आणि झटापट उडाली. कॅप्टन वेर यांनी आपले जहाज वळवून त्याची नाळ, शत्रूच्या जहाजाच्या पोट्यावर (मधला पोटाचा भाग) आदळण्याचा व ते जहाज फोडून टाकण्याचा धाडसी प्रयत्न केला. खालच्या मजल्यावर येऊन ते त्या धुमश्चक्रीत सैनिकांना हुकूम देत उभे होते. शत्रूच्या जहाजावरून तेवढ्यात बंदुकीचा घनघोर मारा झाला. 'इन्डॉमिटेबल'च्या अनेक गवाक्षांतून त्या गोळ्या आत शिरल्या. त्यांतील एक गोळी कॅप्टनसाहेबांच्या छातीत सणसणत आत शिरली. कॅप्टन वेर खाली कोसळले. गोळ्यांच्या माऱ्याने खाली कोसळणाऱ्या त्यांच्या सहकाऱ्यांच्या शरीरांच्या पखरणीमध्ये त्यांचाही देह कोसळून पडला.

'इन्डॉमिटेबल'चे धैर्य मात्र गडगडले नाही. कॅप्टन वेर पडल्याचे पाहताच त्यांचा दुय्यम अधिकारी त्यांच्या जागी उभा राहिला. खलाश्यांचे धैर्य गळत आले होते. कॅप्टन वेर पडल्याचे पाहून तर ते अगदीच गर्भगळित झाले. पण दुय्यम अधिकाऱ्यांनी धीरगंभीर आवाजाने त्यांना पुकारले, "शत्रूला घाबरून धीर सोडता का? मरणाची भीती सैनिकांना नसते. तुमचा मित्र बिली बड आठवतो ना तुम्हाला? कॅप्टनसाहेबांनी शिक्षा फर्मावताच किती धैर्याने त्याने मृत्यूला तोंड दिले!" त्या आठवणीने

कच खाणारे सगळे सैनिक पुन्हा धीराने उठले. त्यांच्या गोळ्यांच्या जलाल माऱ्याने शत्रूचे जहाज अखेर शरण आले. ते जहाज कैद करून लेफ्टनंटसाहेबांनी जिब्राल्टर येथे मोठ्या प्रयासाने ओढून नेले. कॅप्टन वेर आणि इतर जखमी शिपायांना तेथे उतरवण्यात आले. कॅप्टन वेर अत्यवस्थ होते. त्यानंतर काही दिवस त्यांनी काढले खरे; पण आपला शेवट जवळ आला आहे, हे त्यांनी ओळखले. त्यांच्या अखेरच्या दिवसांत 'इन्डॉमिटेबल'चे वरिष्ठ सुकाणधारू त्यांच्या शुश्रूषेसाठी त्यांच्याजवळ राहिले होते. त्या अखेरच्या दिवसांत कॅप्टनसाहेबांना 'बिली बड, बिली बड' असे पुटपुटताना आपण ऐकल्याचे त्यांचा सेवक सुकाणधारू अधिकाऱ्यांस सांगत असे. पण बिली बड कोण होता, कुठला होता, याची माहिती मात्र त्यांच्या तोंडून कधीच बाहेर आली नव्हती.

२२

बिलीला झालेल्या शिक्षेनंतर कितीतरी दिवसांनी आरमारी वृत्तान्तात या घटनेची हकिगत 'भूमध्यसमुद्रावरील वार्तापत्र' या शीर्षकाखाली पुढीलप्रमाणे प्रसिद्ध झाली होती. ती हकिगत लिहिणाऱ्या लेखकापर्यंत ती पोचेतोवर त्यात अनेक फेरफार झाले होते. खरेखोटे मिसळले गेले होते;

'गेल्या महिन्याच्या दहा तारखेस 'इन्डॉमिटेबल' या युद्धनौकेवर एक गर्हणीय घटना घडून आली. जॉन क्लॅगार्ट नावाच्या निशाण खात्यातील एका छोट्या अधिकाऱ्याचा खून झाला. जहाजावरील खलाश्यांची उठावाबद्दल चाललेली खटपट व बोलणी त्याच्या नजरेस आली होती. उठावाचा बेत करणाऱ्या खलाश्यांचा पुढारी विल्यम बड या नावाचा खलाशी होता. जॉन क्लॅगार्ट यांनी त्या बंडखोराला कॅप्टनसाहेबांच्या पुढे उभे करण्याचा प्रयत्न केला असता, त्या खलाश्याने एकाएकी सुरा उपसून क्लॅगार्टच्या उरात भोसकले आणि त्यांचा खून केला.

'त्या खलाश्याचे हे निर्घृण कृत्य व त्याने वापरलेले हत्यार यावरूनच तो खलाशी ब्रिटिश नसावा, हे स्पष्ट होते. इंग्रज असल्याचे भासवून अनेक देशांतील लोक सध्या ब्रिटिश नाविक दलात भरती होतात आणि नीट चौकशी केल्यावाचून त्यांना भरती होऊ देण्यात येते, हेच या घटनेचे कारण आहे.

'बंडवाल्याच्या सुऱ्याला बळी पडलेला हा अधिकारी मध्यम वयाचा,

सन्मान्य व समजूतदार होता. या श्रेणीतील अधिकाऱ्यांवरच ब्रिटनच्या आरमाराचं सारं बळ अवलंबून असतं. अशा छोट्या अधिकाऱ्याच्या मृत्यूमुळे आरमारी दलाचे किती नुकसान होत असेल, याची कल्पनाच केलेली बरी.

'गुन्हेगाराला योग्य शिक्षा झाली. आणि या शिक्षेचा नैतिक परिणाम इतर खलाश्यांवर चांगलाच झाला. 'इन्डॉमिटेबल'वर आता उठावाबद्दल चुकूनसुद्धा कुणी खलाशी चकार शब्द काढीत नाही.'

आरमारी खात्याने प्रसिद्ध केलेला हा वृत्तान्त आता विस्मृतीच्या पडद्याआड गेला आहे. पण आरमारातील खलाश्यांच्या आठवणीतून मात्र तो प्रसंग आणि बिली आड झालेला नाही. आरमारात असे अनेक प्रसंग स्मृतिचिन्हे म्हणून सैनिकांनी जागृत ठेवले आहेत. काही उल्लेखनीय प्रसंगांशी निगडित असलेल्या वस्तू तर त्यांनी जतन करून ठेवलेल्या आहेत. बिलीला ज्या खांबाला लटकावून फासावर चढवण्यात आले, त्या खांबाची जपणूक काही वर्षे खलाशांनी मोठ्या अगत्यपूर्ण रीतीने चालविली होती. त्याच्या बलिदानाची कहाणी जहाजावरून बंदरांत सांगितली जाई. बंदराबंदरांतून पुन्हा नव्या जहाजावरील सैनिकांच्या कानांवर जाई. त्या लाकडी तुळईचा लहानसा कपचाही ते सारे जण कुरसासारखे (क्रूस-क्रॉस) पवित्र मानीत. ती घटना कशी घडून आली, तिची खरी कारणे काय होती याची जरी त्यांना काही माहिती नसे, तरी बिलीसारखा सीधा शिपाई बंडखोरी किंवा खून करील, हे त्यांना खरे वाटत नसे. हसतमुखाने फाशी खाणारा तो शिस्तीचा सैनिक त्यांच्या कायम आठवणीत आहे. आणि त्याच्या धैर्याचे पोवाडे अजूनही ते ओठांतल्या ओठात गुणगुणत असतात.